அந்தக் காலப் பக்கங்கள்

பாகம் - 2

அரவிந்த் சுவாமிநாதன்

அந்தக் காலப் பக்கங்கள் - பாகம் 2
அரவிந்த் சுவாமிநாதன் ©

சுவாசம் பதிப்பகம்

Antha kaala pakkangal - Part 2
by : Aravind Swaminathan ©

First edition: Sep 2022
ISBN: 978-93-95272-08-7
Title Number: Swasam 019

Published by:
Swasam Publications Private Limited,
52/2, Near B.S Mahal, Ponmar,
Chennai, Tamil Nadu – 600127
Email: swasam.publications@gmail.com

Printed by: Adyar Students Xerox, Chennai - 600 002.

To buy the book: Swasam Bookart - +91-8148066645
Website: https://www.swasambookart.com/

உள்ளே..

முன்னுரை / 05

1. ஆனந்தபோதினியும் ஆரணி குப்புசாமி முதலியாரும் / 07

2. அந்தக் காலத்துச் சென்னை: பீப்பிள்ஸ் பார்க் (எ) சிங்காரத் தோட்டம் / 21

3. சித்திரக்கவியும், கவிஞர்களும் / 36

4. தமிழ் நாடகங்களில் தேசபக்தி / 47

5. நாடக, சினிமா ராணிகள் / 55

6. இலக்கியம் வளர்த்த முன்னோடி இதழ்கள் (1887—1947) / 63

7. தமிழ் நாவல் முன்னோடி: பி.ஆர். ராஜம் ஐயர் / 88

8. தமிழ் நாவல் ராணி – வை.மு.கோதைநாயகி / 101

9. நாடகமும் நவாபும் / 112

10. அந்தக் காலத்து தீபாவளித் திரைப்படங்கள் / 116

11. சூறாவளியா, சுனாமியா? / 128

முன்னுரை

வணக்கம். இந்த நூலின் முதல் பாகத்திற்குக் கிடைத்த உற்சாகமான வரவேற்பும் விமர்சனங்களுமே இதன் இரண்டாம் பாகத்தை எழுதுவதற்குக் காரணம்.

முதல் பாகத்தில் நீண்ட கட்டுரைகள் இடம் பெற்றிருந்தன. இந்த இரண்டாம் பாகத்திலும் அது தொடர்கிறது. இவை வாசிக்கச் சுவாரஸ்யமாய் இருக்கும் என்பதோடு, அந்தக் காலத்து மக்களின் நம்பிக்கைகள், பழக்க வழக்கங்கள், ஆர்வங்கள் போன்றவை பற்றி நாம் அறிந்து கொள்ள ஓர் சாளரமாய் இருக்கும் என்பதிலும் ஐயமில்லை.

முதல் பாகத்தை வாங்கி வாசித்து விமர்சித்து என்னை உற்சாகப்படுத்திய அனைவருக்கும் என் நன்றிகள். விமர்சனங்கள் மூலம் நூலை கவனப்படுத்திய இதழ்களுக்கும் அதன் ஆசிரியர்களுக்கும், ஆசிரியர் குழுவினருக்கும் என் மனமார்ந்த நன்றி.

இந்த நூலை வெளியிடும் சுவாசம் பதிப்பகத்தாருக்கும், எப்போதும் என் எழுத்தை ஊக்குவித்துவரும் நண்பர் ஹரன் பிரசன்னா அவர்களுக்கு என் சிறப்பு நன்றி.

என்னை எழுத அனுமதித்திருக்கும் குடும்பத்தாருக்கு எப்போதும் என் நன்றி உரித்தானது.

இதனை வாங்கி வாசிக்கும் அனைவருக்கும் எனது நன்றியும் அன்பும் வணக்கங்களும். மீண்டும் இதன் அடுத்த பாகத்தில் உங்களைச் சந்திக்கிறேன்.

என்றும் அன்புடன்
அரவிந்த் சுவாமிநாதன்
aravindsham@gmail.com

- 1 -

ஆனந்தபோதினியும் ஆரணி குப்புசாமி முதலியாரும்

ஸ்ரீகரப்பாத்திரம் சிவப்பிரகாச சுவாமிகளின் சீடரான நாகவேடு முனிசாமி முதலியார் ஜூன், 1915ல் சுவாமிகளின் ஆசியோடு ஆரம்பித்த இதழ்தான் 'ஆனந்தபோதினி.' தனது நண்பரும், பிரபல துப்பறியும் நாவலாசிரியருமான ஆரணி குப்புசாமி முதலியாரை அந்த இதழுக்கு ஆசிரியராக இருக்குமாறு வேண்டிக்கொள்ள, அவரும் இசைந்தார். அது தமிழ் இதழியல் வளர்ச்சிக்கு முக்கியத் திருப்புமுனையாக அமைந்தது.

ஆரணி குப்புசாமி முதலியார், டிசம்பர் 8, 1866ல், வடஆற்காட்டில் உள்ள ஆரணியில் பிறந்தவர். மெட்ரிகுலேஷன் படிப்பை முடித்த பின் வேலூரில் சில காலம் ஆசிரியராகப் பணியாற்றினார். தொடர்ந்து உப்பள இலாகாவில் துணை ஆய்வாளர் வேலை கிடைத்தது. சென்னைக்குக் குடி பெயர்ந்தார். தமிழில் இயல்பிலேயே நல்ல புலமை பெற்றிருந்த முதலியார், ஆங்கிலத்திலும் நல்ல தேர்ச்சி பெற்றிருந்தார். சைவம் சார்ந்த கருத்துக்களிலும் ஈடுபாடு கொண்டிருந்தார். சமயக் கல்வியும் கற்றிருந்தார். தனக்குக் கிடைத்த ஓய்வுநேரத்தில் எழுதத் துவங்கினார்.

இலக்கியம் என்பது பண்டிதர்களுக்கும் மெத்தப் படித்த மேதாவிகளுக்குமே என்பதான நிலை இருந்த காலகட்டம் அது. தமிழின் முதல் நாவலான 'பிராதப முதலியார் சரித்திரம்'(1879), வி.எஸ். குருசாமி சர்மாவின் 'பிரேம

உ
ஓம்
பரப்பிரஹ்மணே நம:

ஆனந்தபோதினி

" எப்பொரு ளெத்தன்மைத் தாயினு மப்பொருண்
மெய்ப்பொருள் காண்ப தறிவு "—திருவள்ளுவர்.

தொகுதி 9 } உருத்ரோத்காரிஸூ ஐப்பசிமீ கஉ
1923ஸூ அக்டோபர்மீ 17உ { பகுதி 4

கடவுள் வணக்கம்.

காற்றைப் பிடித்துமட் கரகத் தடைத்தபடி
    கன்மப் புனற்கு ளூறுங்
கடைகெட்ட நவவாயில் பெற்றபசு மட்கலக்
    காயத்து ளெனையி ருத்திச்
சோற்றைச் சுமத்திநீ பந்தித்து வைக்கத்
    துருத்திக்குண் மதுவென் னவே
துள்ளித் துடித்தென்ன பேறுபெற் றேனருட்
    தோயநீ பாய்ச்சல் செய்து
நாற்றைப் பதித்ததென ஞானமாம் பயிரதனை
    நாட்டிப் புலப் பட்டியு
நமனுன நீப்பூடு மணுகாமன் முன்னின்று
    நாடுசிவ போக மான
பேற்றைப் பகுந்தருளி யெனையாள வல்லையோ
    பெரியவகி லாண்ட கோடி
பெற்றநா யகிபெரிய கயிலைமா நகர்மருவு
    பெரியநா யகியம் மையே. (1)

சொல்லுக் கடங்காச் சுகப்பொருளை நாமெனவே
யல்லும்பகலு மாற்றுவ தென்—னல்லசிவ
ஞானமயம் பெற்றார்க ளுமில்லை யென்பரந்தோ
மோனமய மான முறை. (2)

ஐயா வருணகிரி யப்பா வுனைப்போல
மெய்யாக வோர்சொல் விளம்பினர்யார்—வையகத்தோர்
சாற்றரிதென் றேசற்றார் தன்னையாய் முக்கணெந்தை
நாற்றிசைக்குங் கைகாட்டி னான். (8)

கலாவதீயம்' (1893), நடேச சாஸ்திரியின் 'தானவன்' (1894), பி.ஆர்.ராஜம் ஐயரின் 'கமலாம்பாள் சரித்திரம்' (1896), அ.மாதவையாவின் 'பத்மாவதி சரித்திரம்' (1898) போன்றவை வெளியாகிவிட்டிருந்த 1900த்தின் முற்பகுதி. 1890—1900 வரை நாவலும் கதைகளும், உரைநடைகளுமாக மொத்தம் 39 நூல்கள் மட்டுமே தமிழில் வெளியாகியிருந்தன. அதனை அடுத்து ஒரு தேக்க நிலை நிலவியது. இலக்கியத்தின் இருண்டகாலமாகக் கருதப்பட்ட அக்காலகட்டத்தில்தான் எழுத ஆரம்பித்தார் ஆரணி குப்புசாமி முதலியார்.

முதலில் இவர் எழுதிய நூல் 'இந்துமத உண்மை' என்பது. அது இவரது 26ம் வயதில் வெளியானது. தொடர்ந்து ஆங்கில நூல்களின் பக்கம் இவரது கவனம் சென்றது. குறிப்பாக ரெயினால்ட்ஸின் நாவல்கள் இவரைக் கவர்ந்தன. ஆகவே அதனைத் தமிழ்ப்படுத்தி எழுத ஆரம்பித்தார். முதல் நாவல் 'லீலா' வெளியாகி நல்ல வரவேற்பைப் பெற்றது. அது ரெயினால்ட்ஸ் நாவலின் தழுவல்தான். அதைத்தொடர்ந்து மொழிபெயர்ப்புக் கதைகளில் கவனம் செலுத்த ஆரம்பித்தார். இவர் எழுதும் கதைகளை 'நோபில் அச்சகம்' போன்றவை வாங்கி நேரடியாகப் பதிப்பித்தன.

மர்மங்களும் திடுக்கிடும் சம்பவங்களும் நிறைந்தனவாக இவரது நாவல்கள் அமைந்திருந்தன. வாசககர்களைக் கதையோடு கட்டிப்போடும் வல்லமையும் இவரது எழுத்திற்கிருந்தது. ஆர்தர் கானன் டாயில் நூல்கள் இவருக்கு மிகவும் பிடித்தமானதாக இருந்தன. அதில் வரும் ஷெர்லாக் ஹோம்ஸ் பாத்திரத்தைப் போலவே தமிழில் 'ஆனந்தஸிங்' என்ற கதாபாத்திரத்தை உருவாக்கி தனது படைப்புகளில் உலவ விட்டார்.

அத்தியாயத் தலைப்புகளிலும் வாசகர்களை ஈர்க்கும் படியான பல்வேறு உத்திகளை அவர் கையாண்டார். கற்பக சுந்தரி அல்லது மூன்று துறைகளின் மர்மம், கற்பகச் சோலையில் அற்புதக் கொலை, சந்திரபாய் அல்லது சங்கரதாஸின் வெற்றி, இந்திராபாய் அல்லது இந்திரஜாலக் கள்ளன், கிருஷ்ணவேணி அல்லது அதிசயமர்மச் சுரங்கம், குணசுந்தரன் அல்லது மித்ருத் துரோகம், இந்திராபாய்

அல்லது சங்கரதாஸின் வெற்றி, சுவர்ணாம்பாள் அல்லது பெருவிரல் மர்மம், கமலசேகரன் அல்லது ஓர் சுத்தவீரனின் அதிசய சரித்திரம், கமலநாதன் அல்லது களவு போன ரத்னமாலை, தினகரசுந்தரி அல்லது செல்வச் சீமாட்டியின் அற்புத சரித்திரம், மஞ்சள் அறையின் மர்மம், மதன காந்தி போன்ற தலைப்புகள் வாசகர்களை ஈர்த்தன. உடனடியாக வாங்கத் தூண்டின.

தமிழில் 'வெகு ஜன இலக்கியம்' என்பதற்கு வித்திட்ட முதல் எழுத்தாளர் ஆரணி குப்புசாமி முதலியாரே! சாதாரண மக்களையும் வாசிப்பின் பக்கம் ஈர்த்தன அவரது எழுத்துக்கள். அக்காலத்தில் மத்தியதர வர்க்கத்திடையே வாசிப்பார்வம் பெருக இவரது எழுத்துக்கள் மிக முக்கிய காரணமாய் அமைந்தன என்று சொல்லலாம். அதுபற்றி

ஆரணி—குப்புசாமி முதலியார் இயற்றியவை.

	ரூ.	அ.
கனகபூஷணம் 2-பாகங்கள்	2	0
கமலசேகரன் ...	1	4
தினகரசுந்தரி ...	0	12
ரத்தினபுரி இரகசியம் இரண்டு பாகமும் ...	3	4
மதனபூஷணம் ...	1	0
சுவர்ணாம்பாள் அல்லது பெருவிரல் மர்மம் ...	0	10
தேவசுந்தரி ...	0	14
குணசுந்தரன் ...	0	8
சகோதர வாஞ்சை ...	0	4
பத்மாஸனி ...	0	10
அயாஷா I, II பாகங்கள் ...	1	8
மதனகாந்தி ...	1	0
வரதசுந்தரம் ...	1	0
கமலநாதன் ...	1	0
லீலா ...	0	12
பத்மலோசனி ...	0	12
சங்கநிதி ...	0	12
மங்கைக்கரசி ...	0	12
குலசேகரன் ...	0	10
லண்டன் திருடர்கள் I & II	2	4
புஷ்பவனம் ...	0	10
இந்திரஜித்தன் ...	0	12
மூன்று வைரங்கள் ...	0	5
கருணாகரன் ...	0	4
தாக்ஷாயணி ...	0	4
சர்தார்சிங் ...	0	3
தேவராஜு ...	0	6
நித்யானந்தன் ...	0	6
சகுணதீரன் I & II பாகங்கள்	2	4
அந்தப்புரக்காதல் ...	0	14
மான்டி கிரிஸ்டோ 1, 2-ம் பாகமும் ...	2	8
ரங்கநாயகி ...	1	0
அழகானந்தன் ...	0	12
கோஹர்ஜான் ...	0	8
ஸ்ரீனிவாசன் துப்பறியும் நாவல்	0	6
இந்திராணி அல்லது இந்திரபுரி இரகசியம் ...	1	0
பத்மநிதி ...	0	10

ஆனந்தபோதினி ஆபீஸ், ...

ஆரணி-குப்புசாமி முதலியார் இயற்றியவை

	ரூ.	அ.
ஞானசெல்வாம்பாள் 5-பாகம்	9	10
கற்பகச் சோலையின் அற்புதக் கொலை ...	1	4
கடற்கொள்ளைக்காரன்2பாகம்	3	4
மதனாம்பாள் 2-பாகம் ...	3	0
லோகநாயகி ...	1	0
விளையாட்டுச் சாமான் ...	1	6
பவளத்தீவு 2-பாகங்கள் ...	3	0
தபால்கொள்ளைக்காரர்கள் ...	0	14
அமராவதி 2-பாகங்கள் ...	4	0
மஞ்சள் அறையின் மர்மம் ...	1	8
கற்கோட்டை ...	2	0
பூங்கோதை ...	0	10
வீரநாதன் ...	0	12
கனகபூஷணம் 2-பாகமும் ...	3	8
கமலசேகரன் ...	1	12
தினகரசுந்தரி ...	1	0
ரத்தினபுரிரகசியம் 9-பாகமும்	18	2
சந்திராபாய் ...	2	0
இராஜாமணி ...	2	0
இரத்தினாபாய் ...	1	12
மதனபூஷணம் ...	1	0
சுவர்ணாம்பாள் ...	0	12
தேவசுந்தரி ...	1	4
குணசுந்தரன் ...	0	12
பத்மாஸனி ...	0	14
ஆனந்தஸிங் ...	2	0
மின்சார மாயவன் ...	1	8
ஆனந்தசிங்கின் அஷ்டஜயங்கள்	1	12
அரசூர் இலக்ஷ்மணன் ...	2	0
கைவல்லிய நவநீத வசனம் ...	1	8
சகோதரவாஞ்சை ...	0	7

திரு. கி.வா.ஜகந்நாதன், 'பொழுது போக்குவதற்காகவே அமைந்த நாவல்கள் பல இங்கிலீஷில் புற்றீசல்கள் போலத் தோன்றின. அவை இங்கே ஏராளமாக இறக்குமதியாகின. மர்மக் கதைகள், அரசகுடும்பத்தின் காதல் விளையாடல்களும் திருடர்களின் தந்திரச் செயல்களும் துப்பறியும் சாமர்த்தியங்களும் அடங்கிய கதைகள் போன்றவை படிப்பவர்களின் உள்ளத்தில் கதை முடிகிற வரைக்கும் வேகத்தையும் பரபரப்பையும் தூண்டிவிட்டு வெறியையும் கிளர்ச்சியையும் எழுப்பின. இத்தகைய பரபரப்பை ஊட்டும் நாவல்கள் இந்த நாட்டு இளைஞர்களின் உள்ளத்தைக் கவ்வின. பெரியவர்களும் வாசித்தார்கள். இந்தத் துறையில் முன்னணியில் நின்றவர் ஆரணி குப்புசாமி முதலியார். அவருடைய மொழிபெயர்ப்புத் தெளிவாக இருந்தது. படித்தால் கதையோட்டத்தோடு மனம் செல்லும்படி அமைந்திருந்தது. அதனால் அவற்றைத் தமிழ் மக்கள் வாங்கிப் படித்தனர். மாணவர்கள் மிகுதியாகப் படித்து இன்புற்றனர்' என்கிறார்.

மேலும் அவர், 'அவருடைய நாவல்களால் விளைந்த நன்மைகளையும் சொல்ல வேண்டும். அவருடைய மொழிபெயர்ப்பு இயல்பான தமிழ்நடையில் அமைந்திருந்தது. அது ஒரு சிறப்பு. மற்றொன்று அவருடைய மொழிபெயர்ப்பைப் படித்தவர்கள் மேலும் மேலும் நாவல்களைப் படிக்க வேண்டும் என்ற ஆர்வத்தைப் பெற்றார்கள்' என்று மதிப்பிடுகிறார். "நாவல் ஒன்று கட்டாயம் வேண்டும்' என்று பதிப்பகத்தார்கள், ஆரணி குப்புசாமி முதலியாரை ஓர் அறைக்குள் வைத்துப் பூட்டி விடுவார்களாம் — ஜமக்காளமும் ஒரு தலையணையும் கொடுத்து. சாப்பாடு கீப்பாடு எல்லாம் இரண்டு நாளைக்கு ஜன்னல் வழியாகத்தான். மூன்றாவது நாள் முதலியார் ரிலீஸாகி வெளியே வருவாராம். ஒரு தலையணையுடன் போனவர் இரண்டு தலையணைகளுடன் வெளிவருவாராம். 'அந்த இரண்டாவது தலையணை அவர் எழுதி முடித்த நாவல்!' என்று வேடிக்கையாகச் சொல்லுவார்கள். எவ்வளவு பருமனாக இருந்தால் என்ன? மகா விறுவிறுப்பாக இருக்கும். படிக்க படிக்கத் திகட்டாதவை' என்று தனது

கட்டுரை ஒன்றில் குறிப்பிட்டிருக்கிறார் எழுத்தாளர், ஐ.ரா.சுந்தரேசன். அந்த அளவுக்கு விறுவிறுப்புக்குப் பஞ்சமில்லாதவையாக அவரது நாவல்கள் இருந்தன.

அடுப்பூதும் பெண்களையும் ஆர்வத்துடன் தன் கதைகளை வாசிக்க வைத்தவர் என்ற பெருமையும் ஆரணி குப்புசாமி முதலியாருக்குண்டு. ஆங்கிலக் கதைகளை அப்படியே எடுத்துக்கொண்டு அதில் வரும் பாத்திரங்களையும் ஊர்ப் பெயர்களையும் அப்படியே தமிழ்ப்படுத்தி விடுவது முதலியாரின் பாணி. 'ரெயினால்ட்ஸ், வால்டர் ஸ்காட், அலெக்ஸாண்டர் டூமாஸ், எட்கார் வாலஸ், கானன் டாயில் போன்ற ஆங்கில நாவலாசிரியர்களின் நாவல்களை மொழிபெயர்த்துத் தமிழ் மக்களுக்குத் தர விரும்பிய குப்புசாமி முதலியார் தமிழ்நாட்டின் பண்பாட்டுக்கு ஏற்றவாறு கதை நிகழும் இடங்களையும் கதை மாந்தர்களின் பெயர்களையும் நடை, உடை, பழக்க வழக்கங்களையும் மாற்றியிருக்கிறார். அத்துடன், கதைகளுக்கு இடையிடையே, நீதிபோதனைகளையும், வேதாந்தத் தத்துவங்களையும் கூறியிருக்கிறார். இதை இவர் கதைச் சுவை சிறிதும் குன்றாதவாறு திறமையாகச் சொல்லியிருக்கிறார். நூல் நிலையங்களில் குவிந்திருக்கும் ஆரணி குப்புசாமி முதலியாருடைய நாவல்களின் எண்ணிக்கையைப் பார்த்தால் இவ்வளவையும் இவர் எப்படி எழுதினார் என்று எண்ணிப் பிரமிக்க வைக்கும்' என்கிறார் எழுத்தாளர் நாரண. துரைக்கண்ணன்.

முதலியாரின் பல்துறைத் திறமை, ஆர்வம், கடின உழைப்பு போன்றவை ஆனந்தபோதினி இதழின் வளர்ச்சிக்கு மிகவும் உதவின. சில ஆண்டுகளிலேயே பத்திரிகையின் சந்தாதாரர் எண்ணிக்கை பத்தாயிரத்தைத் தாண்டியது. தமிழ்நாடு மட்டுமல்லாமல் அக்காலத்தில் இலங்கை, மலேசியா, சிங்கப்பூர், ரங்கூன் என தமிழர்கள் வாழ்ந்த பல பகுதிகளிலும் ஆனந்தபோதினிக்குப் பெரும் வாசகர் கூட்டம் இருந்தது. கடல் தாண்டிப் பரவிய முதல் இதழ் என்று 'ஆனந்தபோதினி'யைச் சொல்லலாம். 'ஆனந்தபோதினி' இதழ், பிற்கால இதழ்கள் பலவற்றிற்கும் முன்னோடியாக இருந்தது. இந்தத் தலைப்பினால் ஈர்க்கப்பட்டு பிற்காலத்தில் 'ஆனந்த குண போதினி', 'ஆனந்த விகடன்' உள்ளிட்ட பல இதழ்கள் தோன்ற

ஆரம்பித்தன. மாதர் பகுதி, சிறுவர்கள் பகுதி, வேதாந்த விளக்கம், சமயக் கட்டுரைகள், இலக்கியக் கட்டுரைகள், பொது வர்த்தமானங்கள் எனப் பல்வேறு விஷயங்களைத் தாங்கி வந்தது 'ஆனந்தபோதினி.' இந்த இதழின் மிக முக்கிய சிறப்பு ஆரணி குப்புசாமி முதலியாரின் துப்பறியும் தொடர்கதைகள் மாதந்தோறும் வெளியானதுதான். அது இதழின் வளர்ச்சிக்கும், விற்பனைக்கும் பெருமளவில் உதவியது.

தான் எழுதியது மட்டுமல்லாமல் பிரபல எழுத்தாளர்களையும், கட்டுரையாளர்களையும் இதழில் எழுதச் செய்திருக்கிறார். அவர்களில் தொ.மு.பாஸ்கரத் தொண்டைமான், வரகவி அ. சுப்பிரமணிய பாரதியார், நீலாம்பிகை அம்மையார், கி.ஆ.பெ. விஸ்வநாதம் உள்ளிட்டோர் குறிப்பிடத்தகுந்தவர்களாவர். குப்புசாமி முதலியாரின் ஆசிரியத்துவத்தில் நாளுக்கு நாள் அதன் சந்தாதாரர்கள் பெருகினர்.இதழ் ஆரம்பித்தபதினைந்தே ஆண்டுகளில் 'ஆனந்தபோதினி'யின் சந்தாதாரர்களின் எண்ணிக்கை இருபதாயிரத்தைத் தாண்டிவிட்டது. அதற்கு ஆரணியாரது எழுத்தும் ஆசிரியத்துவமும் மிக முக்கியக் காரணமாய் அமைந்தது.

ஆனந்தபோதினியில் ஆரணி குப்புசாமி முதலியார் தொடர்கதைகள் மட்டுமல்லாது புனைபெயர்களில் பல கட்டுரைகளையும் எழுதியிருக்கிறார். 'சீடன்' என்ற புனைபெயரில் 'ஸ்ரீபகவத் கீதை வசனம்', 'கைவல்ய நவநீத வசனம்' போன்ற தலைப்புகளில் தொடர்கள் எழுதியிருக்கிறார். பின்னர் அவை நூலாக வெளியாகின. இவர் தலையங்கம் போன்று பற்பல தலைப்புகளில் எழுதியிருக்கும் ஆசிரியர் கட்டுரைகள் குறிப்பிடத்தகுந்தவை. எழுத்தாளர்கள் எழுதும் கட்டுரைகள் மற்றும் குறிப்புகள் குறித்து 'பத்திரிகாசிரியர்' என்ற தலைப்பில் தனது கருத்தினை, சமயங்களில் மறுப்பினையும் மிகத் தெளிவாக உரைத்துள்ளமை குறிப்பிடத்தகுந்தது. 'தமிழின் பெருமை' குறித்தும் ஹிந்து மதத்தின் பெருமை குறித்தும் மத மாற்றத்தை எதிர்த்தும் 'பத்திரிகாசிரியர்' என்ற பெயரில் பல கட்டுரைகளை இவர் எழுதியிருக்கிறார்.

மேற்கத்திய நாவல்களைத் தமிழ்ப்படுத்தியே குப்புசாமி முதலியார் நாவல்கள் எழுதி வந்தார் என்றாலும்

அவ்வபோது ஆசிரியர் கருத்தாகத் தலையிட்டுக் கருத்துச் சொல்வது இவர் வழக்கம். பிற்காலத்தில் தமிழ் இலக்கிய உலகில் வெற்றிக்கொடி நாட்டிய பலருக்கும் எழுத, செயல்பட உந்துசக்தியாக இருந்தது குப்புசாமி முதலியாரின் எழுத்துக்கள்தான். அந்த அளவுக்குப் பல நூல்களை அவர் எழுதிக் குவித்துள்ளார். 'ரத்தினபுரி ரகசியம்' ஒன்பது பாகங்கள் கொண்டது. 'ஞான செல்வம்மாள்' ஐந்து பாகங்கள் கொண்டது.

ஒரு நாளைக்குப் பல மணி நேரங்கள் அயராது எழுதும் வழக்கம் இவரிடம் இருந்தது. மதன பூஷணம் அல்லது இறந்தவன் பிழைத்தது, இராஜாமணி, தேவசுந்தரி, கருணாகரன், கடற்கொள்ளைக்காரன், கற்கோட்டை, தீன தயாளன் அல்லது துஷ்ட நிக்கிரக சிஷ்ட பரிபாலனம், விளையாட்டுச் சாமான் அல்லது விபரீதக்கொலை, மின்சார மாயவன், அம்பாலிகை அல்லது அதிசய மரணம், அந்தரக் களவு அல்லது தபால் கொள்ளைக்காரர்கள் போன்ற இவரது நூல்கள் மிகவும் புகழ்பெற்றவை. அக்காலத்தில் பல பதிப்புகள் கண்டவை. சுமார் 70க்கும் மேற்பட்ட நூல்களை எழுதியிருக்கிறார். இவர், 'லீலா' என்ற தலைப்பில் மொழிபெயர்த்த ரெயினால்ட்ஸின் நாவலைத்தான் பிற்காலத்தில் மறைமலையடிகளும் 'குமுதவல்லி அல்லது நாகநாட்டரசி' என்ற தலைப்பில் மொழிபெயர்த்து வெளியிட்டார்.

தனது நாவல்களுக்கு மிக விரிவான முன்னுரை எழுதுவது குப்புசாமி முதலியாரின் வழக்கம். தனது 'இந்திராபாய் அல்லது இந்திரஜாலக் கள்ளன்' என்ற நூலின் முன்னுரையில் அந்த நாவல் பற்றி, 'ஆழ்ந்த நோக்கத்தோடு அறிவையூன்றி வாசிப்போர்க்கு அனேகம் மேலான படிப்பினைகளும், இலௌகீக ஞானமும், மனப்பயிற்சியும் சித்திக்கும் என்பது உண்மை. மேல்போக்காய்க் கதையை மட்டும் வாசிப்போர்க்கு வெறுங்கதையாகத்தான் தோன்றும்' என்று குறிப்பிட்டிருக்கிறார்.

'ஆனந்தபோதினி' இதழின் 'பத்திராதிபர்' முனிசாமி முதலியாரும் சரி,'பத்திரிகாசிரியர்' குப்புசாமி முதலியாரும் சரி சைவத்தின் மீது மிகுந்தப் பற்றுக் கொண்டவர்கள். திருவண்ணாமலை ஈசானிய மடத்தின் தலைவரான

மகாதேவ சுவாமிகளிடம் உபதேசம் பெற்றவர் குப்புசாமி முதலியார். ஹிந்து மதத்தின் ஆதரவாளர். அதே சமயம் சமய, மத நல்லிணக்கமும் கொண்டவர். அவை அவரது கட்டுரைகளில் தொடர்ந்து வெளிப்பட்டன. அதே சமயம் மதமாற்றம் செய்பவர்களால், ஹிந்து மதத்திற்குப் பிரச்சனைகள் ஏற்பட்டபோது அதைக் கண்டிக்கவும் அவர்கள் தயங்கவில்லை. கிறித்துவ பாதிரியார்களின் மதமாற்றத்தை ஆரணி குப்புசாமி முதலியார் தனது கட்டுரைகள் மூலம் மிகத் தீவிரமாகக் கண்டித்தார். அதற்காகப் பல்வேறு கிறித்துவம் சார்ந்த இதழ்களின், பாதிரியார்களின் எதிர்ப்பைச் சந்தித்தார். ஆனாலும் கூட அயராமல் ஹிந்துமதம் சார்ந்த தனது பணியை அவர் முன்னெடுத்து வந்தார்.

சான்றாகச் சிலவற்றைப் பார்க்கலாம்.

கிறிஸ்தவ மதமாற்றத்தைக் கண்டித்து ஆனந்தபோதினி இதழில் (1925 பிப்ரவரி) வெளியாகி இருக்கும் ஒரு குறிப்பு.

> ‘உலகத்திலே பற்பல சமயங்களுண்டு. அவ்வெல்லா மதங்களிலும், ஒரேகடவுள் நானாவிதமான ரூபங்களோடும் பெயரோடும். அழைக்கப்பட்டு வணங்கப்படுகிறாரென்பது அறிஞர்களெல்லாரும் ஒத்துக்கொண்ட விஷயம். இவ்வாறிருக்கையில், ‘‘உன் சமயத்திலே, கூறப்பட்ட கடவுள் பொய். எங்கள் மதத்தில்தான் மெய்யான கடவுளிருக்கிறார். அவரால்தான் மோட்சமடைய இயலும்” என்று கூறுபவர் எவ்வளவு பெரிய தவறுடையவராயிருக்க வேணும். ஒரு சமயத்தவர், மறு சமயத்திலிருக்கும் பேதையரையே மாற்றி அச்சமயத்திலு முண்மை யிருக்கிறதென்பதை யறிந்தும், வீண் பொய்க்கூற்றுக்களைக்கூறி, ஏய்த்துத் தம்மதத்திற்குத் திருப்புவது, எவ்வளவு அசூசியான செயலாயும் முழுமுதற் கடவுளுக்கே யொப்பாததாகவுமிருக்கும். பிறமதத்தவர்கள் எளிதில் தங்கள் வலைக்குள் அகப்படக்கூடிய இரை எவ்விடத்திற் கிடைக்குமென்று தேடுகின்றார்களென்றாலோ, தங்கள் சமயத்தின், உண்மையறியாத பாமர இந்துக்கள் மீதே, இவர்கள் தங்கள் மாய வலையை வீசி யவர்களை மயக்கிவிடுகின்றார்கள். இதற்குக் காரணம் யாது?

என்று விசாரிக்கப்புகில், நம் நாட்டிலிருக்கும் படிப்பு வாசனைக்குறைவும், தாய்ப்பாஷைத் தேர்ச்சிக்குறைவும், சொந்த சமயத்தின் ஆராய்ச்சியின்மையும், அதனறியாமையும், ஏழ்மைத் தனமும், இன்னோரன்ன பல காரணங்களே யாகும்.'

இதனைத் தடுப்பதற்கான வழி என்ன?

ஆரணியார் சொல்வது இது:

'நமது மதத்தைவிட்டு அன்னியமதம் புகுந்தோர், புகுவோர் இவர்களில் மிகப் பெரும்பாலர் கீழ்ச்சாதியென்றும் தீண்டப்படாதவர்களென்றும் நாம் ஒதுக்கிவைத்திருக்கும் தாழ்ந்த வகுப்பினரே. நாம் அவர்களையவ்வாறு நடத்துவதே அன்னிய மதத்தினர் அவர்களை இழுத்துக் கொள்வதற்குப் பெரிய உதவியாயிருக்கிறது. அன்னிய மதப்பிரசாரகர் நம்மவர்களாகிய கறுப்பு மனிதரை உள்ளத்தில் மிக்க தாழ்ந்தவர்களாகவும், அநாகரீகர்களாகவும், ஒருபோதும் சமமாய் நடத்தற்குரியவர்களல்ல வென்றுமே கருதுகிறார்கள். ஆனால் தந்திரமாய் வெளிக்குச் சமமாய் நடத்துவதாகக்கூறி அபிநயிக்கிறார்கள். நாம் நம்மவர்களுக்குக் கல்வியும் மதபோதனையுமளித்து சுத்தமாயிருக்கக் கற்பித்து அவர்களைச் சகோதர பாவமாய் நடத்தினால் பிறகு ஒருவர் கூட அன்னியமதம் புகார்களென்பது திண்ணம்.'

அதே சமயம் ஆரணி குப்புசாமி முதலியார் மதக் காழ்ப்பு உள்ளவரோ, பிற மதங்களை வெறுப்பவரோ அல்ல. கீழ்க்கண்ட பத்திரிகாசிரியர் குறிப்பு சமயம் பற்றிய அவரது எண்ணத்தைப் பிரதிபலிக்கிறது.

'நாம் கிருஸ்துமதம் பொய்யென்றாவது, அதில் கூறப்பட்ட தெய்வம் கடவுளல்ல வென்றாவது, குற்றமுடையதென்றாவது இதுகாறும் கூறவேயில்லை. ஒவ்வொரு மதஸ்தரும் தம்மதத்தைப் பரவச்செய்ய முயலவேண்டுவது நியாயமே. அதைப்பற்றியும் நாம் குறைகூறவில்லை.

கிருஸ்துமத போதகர்களில் சிலர் ஹிந்துக்களாகிய நம்மவர் முன் நின்று தங்கள் மதத்தைப்பற்றிக் கூறுவதோடு ஹிந்து மதத்தை இழிவுபடுத்தி அதில்

குற்றங்களைக் கற்பிக்கிறார்கள். அதோடு, தம்மதத்தைப் பிறர் விரும்பி அவர்கள் தாமே அதில் வந்து சேரும்படிச் செய்தால் அதைக் குற்றங்கூற ஒரு நியாயமுமில்லை. அதை விட்டுச் சூது, தந்திரம் முதலியவற்றால் குடும்பத்திலுள்ள மனைவி, புத்திரன், புத்திரி இவர்களில் ஒருவரை இரகசியமாக அழைத்துப்போய் மறைத்து வைத்திருந்து, அவர்கள் சுற்றத்தார் அவர்களைப் பார்க்காதபடி செய்து, அவர்களைத் தங்கள் மதத்தில் சேர்த்துக்கொள்கிறார்கள்.

இந்த நியாயமற்ற நடக்கையை மட்டுமே நாம் கண்டிக்கிறோம். ஹிந்து மதத்தின் உண்மையையும், மகிமையையும் நம்மவர்க்கு நினைப்பூட்டி அன்னியமத போதனையால் மயங்கிச் சுயமதத்தைக் கைவிட வேண்டாமென்று அவர்களுக்குக் கூறுகிறோம். இவ்வளவே நாம் செய்வது.

அன்னிய மதம் எதையும் நாம் கண்டனம் செய்யவில்லை. நாம் கிருஸ்துமதத்தைத் தூஷித்தோம் என்று கூறுவது அபாண்டமேயாகும். 'கிருஸ்துமத போதகர்கள் நம்மவர்கள் முன் நின்று நமது மதத்தில் குற்றங்கூறி நம்மவரைத் தங்கள் மதத்திற்கு இழுத்துக்கொள்ளலாம், நாம் மட்டும் நமது மதத்தவரைத் தம்மதத்தைக் கைவிட வேண்டாமென்று கூறுவது குற்றம்' என்பது எங்கேனும் நீதியாகுமோ? நம்மவருக்கு நாம் எச்சரிக்கை செய்வது மனம் பொறாமல்தான் நாம் கிருஸ்துமதத்தைத் தூஷிப்பதாக நம்மேல் இல்லாத குற்றத்தைக் கூறுகிறார்கள் போலும். இது சற்றும் நியாயமாகாதென்று முடிவாய்க் கூறுகிறோம்.

— பத்திரிகாசிரியர்.

பல்வேறு எதிர்ப்புகளை எதிர்கொண்டு வெற்றிகரமாக விற்பனையாகியது ஆனந்தபோதினி இதழ். ஆனால், அதைப் பிரதி செய்ததுபோல், ஆனந்த போதினிக்கு மாற்றாக எஸ்.ஜி. ராமாநுஜலு நாயுடுவின் ஆசிரியத்துவத்தில்'ஆநந்தகுண போதினி' என்ற இதழ் வெளியானது. அதனால் ஆனந்தபோதினியின் இதழ் விற்பனை பாதிக்கப்படவே, அதன் உரிமையாளர் முனிசாமி முதலியார் வழக்குத் தொடர்ந்து, வழக்கில்

நாம் கிருஸ்துமதம் பொய்யென்றாவது, அதில் கூறப்பட்ட தெய்வம் கடவுளல்லவென்றாவது, குற்றமுடையதென்றாவது இதுகாறும் கூறவேயில்லை. ஒவ்வொரு மதஸ்தரும் தம்மதத்தைப் பரவச்செய்ய முயலவேண்டுவது நியாயமே. அதைப்பற்றியும் நாம் குறைகூறவில்லை.

கிருஸ்துமத போதகர்களில் சிலர் ஹிந்துக்களாகிய நம்மவர் முன்னின்று தங்கள் மதத்தைப்பற்றிக் கூறுவதோடு ஹிந்து மதத்தை இழிவுபடுத்தி அதில் குற்றங்களைக் கற்பிக்கிறார்கள். அதோடு, தம்மதத்தைப் பிறர் விரும்பி அவர்கள் தாமே அதில்வந்து சேரும்படிச் செய்தால் அதைக் குற்றங்கூற ஒரு நியாயமுமில்லை. அதை விட்டுச் சூது, தந்திரம் முதலியவற்றால் குடும்பத்திலுள்ள மனைவி, புத்திரன், புத்திரி இவர்களில் ஒருவரை இரகசியமாக அழைத்துப்போய் மறைத்து வைத்திருந்து, அவர்கள் சுற்றத்தார் அவர்களைப் பார்க்காதபடி செய்து, அவர்களைத் தங்கள் மதத்தில் சேர்த்துக்கொள்கிறார்கள்.

இந்த நியாயமற்ற நடக்கையை மட்டுமே நாம் கண்டிக்கிறோம். ஹிந்துமதத்தின் உண்மையையும், மகிமையையும் நம்மவர்க்கு நினைப்பூட்டி அன்னியமத போதனையால் மயங்கிச் சுயமதத்தைக் கைவிடவேண்டாமென்று அவர்களுக்குக் கூறுகிறோம். இவ்வளவே நாம்செய்வது. அன்னிய மதம் எதையும் நாம் கண்டனம் செய்யவில்லை. நாம் கிருஸ்துமதத்தைத் தூஷித்தோம் என்று கூறுவது அபாண்டமேயாகும். "கிருஸ்துமத போதகர்கள் நம்மவர்கள் முன் நின்று நமது மதத்தில் குற்றங்கூறி நம்மவரைத் தங்கள் மதத்திற்கு இழுத்துக்கொள்ளலாம், நாம்மட்டும் நமது மதத்தவரைத் தம்மதத்தைக் கைவிட வேண்டாமென்று கூறுவது குற்றம்" என்பது எங்கேனும் நீதியாகுமோ? நம்மவருக்கு நாம் எச்சரிக்கைசெய்வது மனம்பொறாமல்தான் நாம் கிருஸ்துமதத்தைத் தூஷிப்பதாக நம்மேல் இல்லாத குற்றத்தைக் கூறுகிறார்கள் போலும். இது சற்றும் நியாயமாகாதென்று முடிவாய்க் கூறுகிறோம்.

பத்திரிகாசிரியர்.

வெற்றி பெற்றார். 'ஆநந்தகுணபோதினி' பின் 'அமிர்தகுண போதினி' என்று பெயர் மாற்றம் செய்யப்பட்டு வெளியானது.

ஆனந்தபோதினி பஞ்சாங்கம் அக்காலத்தில் மிகவும் புகழ்பெற்றதாக விளங்கியது. அதே போன்ற பஞ்சாங்கத்தை ஒருவர் பிரதி செய்து, தன் பெயரில் விற்பனை செய்து வந்தார். அதை அறிந்த பத்திரிகை அதிபர் முனிசாமி முதலியார் வழக்குத் தொடர்ந்தார். மூவாயிரம் ரூபாய் நஷ்ட ஈடும் கிடைக்கப் பெற்றார். இது அக்காலத்தில் பேசப்பட்ட ஒன்றாகும்.

ஆனந்த போதினி இதழுக்குக் கிடைத்த வரவேற்பைத் தொடர்ந்து முனிசாமி முதலியார் 'ஆனந்தபோதினி' வார இதழையும் ஆரம்பித்தார். தனது 'ஆனந்தபோதினி' பதிப்பகம் மூலம் குப்புசாமி முதலியாரின் நூல்கள்

மட்டுமல்லாது மேலும் பலரது நூல்களையும் அச்சிட்டு வெளியிட்டார்.

'ஆனந்தபோதினி' இதழின் ஆசிரியராக டிசம்பர், 1924 வரை பணியாற்றிய குப்புசாமி முதலியார், தனக்கேற்பட்ட திடீர் உடல்நலக்குறைவு காரணமாக ஜனவரி 24, 1925 அன்று காலமானார். இவரது மறைவு குறித்து இரங்கல் கட்டுரை எழுதிய லோகோபகாரி ஆசிரியர் பரலி. சு.நெல்லையப்பர், 'ஆரணி குப்புசாமி முதலியார் எழுதியுள்ள நாவல் புத்தகங்களை அடுக்கி வைத்தே இவருடைய புனித உடம்பை தகனம் செய்துவிடலாம். விறகும், வரட்டியும் வேண்டியதில்லை' என்று அவலச் சுவையுடன் குறிப்பிட்டிருந்தார். இவரது மறைவிற்குப் பின்னரும் கூட இவர் எழுதிய தொடர்கள் ஆனந்தபோதினியில் வெளியாகின. உதாரணமாக, கிருஷ்ணாசிங் அல்லது துப்பறியும் சீடன் தொடர், முதலியார் மறைந்த இரண்டு ஆண்டுகளுக்குப் பின் ஆனந்தபோதினி இதழில் ஜூன் 1927ல் ஆரம்பித்தது. அது போல செப்டம்பர் 1926ல் இவர் எழுதி வந்த பகவத் கீதை வசனம் நிறைவு பெற்றது. காரணம், முதலியார் பல கட்டுரைகளையும் நாவல்களையும் முன்னதாகவே எழுதி வைத்திருந்ததுதான். இவரது மறைவிற்குப் பின்னரும் இவரது நூல்கள் அச்சாகிப் பல பதிப்புகள் கண்டன என்பதிலிருந்து வெகு ஜன இலக்கியத்தில் இவருக்கிருந்த செல்வாக்கை உணர்ந்து கொள்ளலாம்.

வாசிப்பு என்பது சிறிய ஒரு குழுவினரிடம் மட்டுமே புழங்கிய நிலை மாறி சமூகத்தின் அனைத்துப் படிநிலைகளைச் சார்ந்த மக்களும் வாசிப்பை நோக்கி முன் நகர்வதற்கான நல்லதொரு சூழலை முன்னெடுத்தவர் ஆரணி குப்புசாமி முதலியார். இவர் மர்மக் கதைகளின் பரமபிதாவாக மதிக்கத் தகுந்தவர். கடல் கடந்து வாழும் தமிழர்களிடமும், பிற வெகு ஜன மக்களிடமும் வாசிப்பைப் பரவலாகக் கொண்டு சேர்த்த ஆனந்தபோதினி இதழ், தமிழின் முன்னோடி இதழ்களுள் ஒன்றாக மதிப்பிடத்தக்கது.

‘ஆனந்தபோதினி பஞ்சாங்க’ வழக்கு

நமது காரியாலயத்தில் சுமார் 22-வருஷ காலமாக வெளியிடப்பட்டு வரும் “ஆனந்தபோதினி சுத்த திருக்கணிதப் பஞ்சாங்க”த்தின் காபிரைட் விஷயமாக, சென்னை ஹைகோர்ட்டில் கனம் ஜஸ்டிஸ் பெல் அவர்கள் முன்பாக, சமீபத்தில் ஒரு வழக்கு நடைபெற்று வந்தது வாசக நேயர்களுக்குத் தெரிந்திருக்கு மென்று நம்புகிறோம்.

வழக்கின் விவர மென்னவென்றால், ஸ்ரீ ஸி. கோவிந்தராஜு முதலியார் என்பவரும், மற்றும் மூவரும் சேர்ந்து நமது ‘ஆனந்தபோதினி பஞ்சாங்க’த்தைப் போன்று அதே வர்ண மேலட்டையுடனும் பொருளடக்கத்துடனும் விஷய அமைப்புடனும், மேலட்டையில் ஸி. ஜி. ராஜன் பி. ஏ. (மாதமாடிக்ஸ்) என்ற பெயருடனும் வாக்கியம், திருக்கணிதம் ஆகிய இருவிதப் பஞ்சாங்கங்களை வெளியிட்டதால், நமது உரிமையாளரான ஸ்ரீ நா. முனிசாமி முதலியார் மேற்குறித்த நால்வர் மீதும் ஐகோர்ட்டில் வழக்கு தொடுத்து, முதலில் பிரதிவாதிகள் வெளியிட்டிருந்த இரு பஞ்சாங்கங்களையும் விற்பனை செய்யக் கூடாதென நிரந்தர தடை போட வேண்டுமென விண்ணப்பித் திருந்தார். கனம் பெல் இம் மனுவையேற்று, முதலில் தற்காலிகத் தடை யுத்தரவு விதித்துப் பின் வழக்கை விசாரணைக்கு எடுத்துக் கொண்டார். விசாரணையின் போது, ஸி. ஜி. ராஜன் பி. ஏ., (மாதமாடிக்ஸ்) என்ற பெயரைச் சிருஷ்டித்தது தாம்தா னென்றும், தாமும் மற்றும் சில ஜோதிட நிபுணர்களும் சேர்ந்து வெளியிட்டுவரும் ‘ஆனந்தபோதினி பஞ்சாங்கத்’துக்கு முதல் பிரதிவாதியும் சில குறிப்புக்களைத் தயாரித்து கொடுத்துத் தமக்கு உரிமைப்படுத்தி யிருப்பதாகவும், 1921-ம் ஆண்டி லிருந்து முதல் பிரதிவாதியின் மேற் குறித்த குறிப்புகளுடன் தாம் ‘ஆனந்தபோதினி பஞ்சாங்கத்’தைப் பிரசுரித்து வந்திருப்பதாகவும் அவ்விதம் வெளியிடப்பட்டு வரும் தம் பஞ்சாங்கத்தில் உள்ள பல விஷயங்களைப் பிரதிவாதி அப்படியே காப்பியடித் திருக்கிறாரென்றும் அதனால் தமது வியாபாரத்தில் பெரு நஷ்டம் ஏற்பட் டிருப்பதாகவும் வாதி சார்பில் கூறப்பட்டது. நீதிபதி வாதி வக்கீல் குறிப்பிட்ட நியாயங்களை யேற்று, ‘ஆனந்தபோதினி பஞ்சாங்கத்’துக்கு வாதி தான் உரிமையாள ரென்றும் பிரதிவாதி வாதியின் பஞ்சாங்கத்தில் உள்ள பல விஷயங்களையோ அல்லது எல்லா விஷயங்களையுமோ காப்பி யடித்துள்ளார் என்றும், அதனால் வாதியை ஏமாற்றியதாகக் கருதப் படுகிறதென்றும் தம் அபிப்பிராயத்தைத் தெரிவித்து, ஆதலால், பிரதி வாதிகள் வாதிக்கு மூவாயிரம் ரூபாய் நஷ்ட ஈடும் கோர்ட்டு செலவுத் தொகையும் செலுத்த வேண்டுமென்று 24-11-42 அன்று தீர்ப்பளித்தார்.

●

- 2 -

அந்தக் காலத்துச் சென்னை: பீப்பிள்ஸ் பார்க் (எ) சிங்காரத் தோட்டம்

சென்னை நகரில் உள்ள ஓர் இரயில் நிலையத்தின் பெயர் பார்க் ஸ்டேஷன். அதற்கு அந்தப் பெயர் ஏன் வந்தது தெரியுமா? அங்கே பல ஆண்டுகளுக்கு முன்னால் பிரிட்டிஷ் அரசால் *1859—1860*ல் ஒரு பூங்கா அமைக்கப்பட்டது. அதன் பெயர் 'பீப்பிள்ஸ் பார்க்'. அதனால்தான் அந்தப் பகுதியில் அமைக்கப்பட்ட ரயில் நிலையத்திற்கு அப்பெயர் சூட்டப்பட்டது. சென்னை சென்ட்ரல் ரயில் நிலையம் அருகில், மூர் மார்க்கெட்டுக்குப் பின்னால், இன்றைய நேரு ஸ்டேடியம் உள்ள பகுதிகளை ஒட்டி அமைந்திருந்தது இந்த பீப்பிள்ஸ் பார்க். இதற்கு 'சிங்காரத் தோட்டம்' மற்றும் 'ராணித் தோட்டம்' என்ற பெயரும் உண்டு.

'தேசம் காக்க' வந்த பிரிட்டிஷாருக்கு பொழுது போக்குவதற்காக அமைக்கப்பட்ட மாபெரும் பூங்கா அது. நிர்மாணித்தவர் அப்போதைய சென்னை மாகாண கவர்னர் சர் சார்லஸ் ட்ரவெல்யன் (Sir Charles Trevelyan). ஆங்கிலேயர்களுக்கு தங்கள் நகரங்களில் உள்ளது போல் தாங்கள் அப்போது வசித்து வந்த சென்னையிலும் ஒரு பூங்காவை அமைக்க எண்ணம் ஏற்பட்டது. அதற்காக கலோனல் டபிள்யூ.பி. மக்டொனால்ட் (Colonel W.P. Macdonald) தலைமையில் ஒரு குழு அமைக்கப்பட்டது. அதன் பொறுப்பாளராக இருந்து, திட்டங்கள் தீட்டிச்

செயல்படுத்தியவர்தான் ட்ரவெல்யன். 112 ஏக்கர் நிலத்தில் மரங்களையும், செடி, கொடிகளையும் நட்டுப் பூங்காவை உருவாக்கிய அவர், இதற்குள் அழகான 12 ஏரிகளையும் நிர்மாணித்தார்.

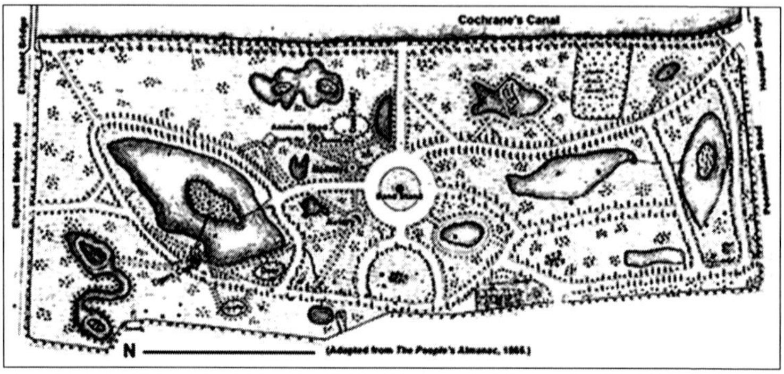

அவரைத் தொடர்ந்து வில்லியம் டெனிஸன் (William Denison) இப்பணிகளைத் தொடர்ந்தார். சிங்கம், சிறுத்தை, புலி, ஒட்டகச்சிவிங்கி, கரடி, மான், குரங்கு போன்ற மிருகங்கள் அடங்கிய மிருகக் காட்சிச் சாலையும் இந்தப் பூங்காவிற்குள் அடக்கம். பேண்ட் ஸ்டாண்டு (Bandstand) எனப்படும் இசைக் கேளிக்கைக்கான அரங்கமும் அங்கே இருந்தது. 1861ல் இது மக்கள் புழக்கத்திற்கு வந்தது. இப்பகுதியைச் சுற்றி அமைந்த இடத்திற்கு 'பார்க் டவுன்' என்ற பெயரும் இந்தப் பூங்காவினால் ஏற்பட்டதுதான்.

சென்னை நகர மக்களின் மிகச் சிறந்த பொழுது போக்குத் தலமான இதில் பிற்காலத்தில், பூங்காவிற்கு முன்னால் முனிசிபல் அலுவலகம் கட்டப்பட்டது. (அதுவே 1913ல் விரிவாக்கம் செய்யப்பட்டு, பின்னால் ரிப்பன் பில்டிங்காக மாறியது) அந்த அலுவலகத்திற்குப் பின்னால் அழகானதொரு சந்தை இருந்தது. அதனை விரிவாக்கம் செய்து மேலும் சிறப்பாக அமைத்தவர் ஜெனரல் மூர். அதுவே அவர் பெயரில் மூர் மார்க்கெட் ஆனது. முர்ரே தெரு என்பதும் இவரது பெயரால் அமைந்ததே! பிரிட்டிஷார் ஆட்சிக் காலத்தில் 'பீப்பிள்ஸ் பார்க்'கில் மிகச் சிறப்பான பல கொண்டாட்டங்கள் நடந்திருக்கின்றன. குறிப்பாக டிசம்பரில் கிறிஸ்துமஸ்

நாள் தொடங்கி புத்தாண்டு பிறப்பது வரை தொடர்ந்து பல கொண்டாட்டங்கள் அங்கு நிகழ்ந்திருக்கின்றன. மேற்கண்ட குறிப்பு 1879ல், பீப்பிள்ஸ் பார்க்கில் நடக்க இருந்த கொண்டாட்டங்களை விவரிக்கிறது.

பீபில்ஸ்பார்க்கென்னும் சென்னைச் சிங்காரத்தோட்டத்தில் நடக்கும் வருஷப்பிறப்பு வேடிக்கைகள்.—நானது ௵ டிசம்பர்௴ 31உ முதல் ஜனுவரி௴ 3உ வரைக்கும் நாலுநாள் பீபில்ஸ்பார்க்கில் வருஷோற்சவம் நல்ல வேடிக்கை வினோதங்களோடு வெகு சம்பிரமமாய் நடக்கப்போகிறது. அப்போது தமிழ்நாடகம் கழைக்கூத்தாட்டம் முதலான பலவித வினோத ஆட்டங்களும், பலவகை மதுரமான கீதவாத்தியங்களும், குதிரைப்பந்தயம் ரேக்லாபந்தயம் முதலிய பற்பல பந்தயங்களும் மிகவும் சிறப்பாக நடத்தப்படுமாம். யாவரும் வினோதமாய்க் கண்குளிரக் கண்டு களிக்கவும், வேண்டியவர்கள் தங்களுக்கு இஷ்டமான பொருளை விலைகொடுத்து வாங்கிக்கொள்ளவும் உபயோகமாய்ப் பலவித பண்டசாலைகளும், விசித்திரமான பாத்திரக்கடைகளும், டில்லி பம்பாய் மைசூர்முதலியதேசங்களின் வினோதமான கம்பளக்கடைகளும் அமைக்கப்படும். இந்த வினோதங்களோடு பலவகை விசித்திரமான பாணவேடிக்கைகளும் அதிசயமான தீபாலங்காரங்களும் செய்யப்படும். மேலும் இப்போது புதிதாய் மின்னொளிவிளக்கொன்று ஏற்பட்டிருப்பதால் மிக்க வினோதக்காட்சியாயிருக்குமெனத் தோன்றுகிறது.

கீழ்க்காணுவது, 1883ம் ஆண்டில், சென்னை பீப்பிள்ஸ் பார்க்கில் நடக்க இருந்த கொண்டாட்டங்கள் பற்றிய அறிவிப்பு.

> 'பீப்பிள்ஸ் பார்க்' பற்றியும், அங்கு நிகழ்ந்த கொண்டாட்டங்கள் பற்றியும் தனது 'அபிநவக் கதைகள்' நூலில், அக்காலத்தின் புகழ்பெற்ற எழுத்தாளர், பேராசிரியர் திருமணம் செல்வகேசவராய முதலியார் மிக விரிவாகப் பதிவு செய்துள்ளார். 'பீப்பிள்ஸ் பார்க்' என்பது எங்கே இருந்தது, அதன் தன்மை

பீபில்ஸ்பார்க்த என்னும் சென்னைச் சிங்காரத்தோட்டத்தில் நட
தும் வருஷாந்த வேடிக்கைகள்: —சென்ற இரண்டு மூன்று வருஷமா
நடந்ததுபோலவே வருகிற 1883-௵ துவக்கத்திலும் மேற்படி சிங்காரத்தே
ட்டத்திலே, டிசம்பர்௴ 28, 29, 30-ம் தேதிகளிலும், அடுத்த ஜனவரி
1, 2, 3-ம் தேதிகளிலுமாக ஆறுநாள் வேடிக்கைகள் நடத்தப்படுமாம். ஆ
னால் சென்ற வருஷங்களைப்பார்க்கிலும் வருகிறவருஷம் நடத்தப்போகி
வேடிக்கைகள் காண்போர்களுக்கு வெகு மகிழ்ச்சி உண்டாக்குவதாயிரு
கும். இதுவரை மூன்றுநாளைக்குமேல் ஒருவருஷமும் வேடிக்கை நடத்தில
தில்லையே. இவ்வருஷம் ஒருவாரம்வரையில் அவ்வினோதங்களைக் கண்
களிக்கும்படியாகின்றது.

எப்படி இருந்தது என்பதைக் கீழ்க்கண்டவாறு அதில் குறிப்பிட்டிருக்கிறார், செல்வகேசவர்.

‘கிழக்கில் பெத்துநாய்க்கன் பேட்டைக்கும், மேற்கில் வேப்பேரிக்கும், வடக்கில் உப்பளத்துக்கும், தெற்கில் பூந்தமல்லி சாலைக்கும் இடையில், சென்னைக்கு நடுநாயகமாய் ஒரு பூங்காவனம் உண்டு. ஸாதாரண ஜனங்கள் அதை ‘ராணி தோட்டம்’, ‘விக்டோரியா தோட்டம்’, ‘சிங்காரத் தோட்டம்’ என்றும், இங்க்லிஷ் படித்தவர்கள் ‘பீபில்ஸ் பார்க்’ என்றும் வழங்குவர். சில இடங்களில செய் குன்றுகளும் சில இடங்களில் தாமரைத் தடாகங்களும் சில இடங்களில் தீவுகளும் சில இடங்களில் பர்யாயத் தீவுகளும் அமைத்து, இடைவெளிகளில் பலதேசத்திலிருந்து கொண்டுவந்த பலவித மரங்களை வளர்த்து, நகர பரிபாலன ஸபையார் இந்தத்தோட்டத்தை மிகவும் ரமணீயமாக வைத்திருக்கின்றனர்.

தோட்டம் ஸுமார் ஒரு மைல் நீளமும் கால்மைல் அகலமும் உள்ளதாயினும், உள்ளே குறுக்கு நெடுக்காய் வளைய வளையப் போட்டிருக்கிற பாதைகள் நாலைந்து மைல் நீளம் இருக்கும். பாதைகள் நீங்கலான இடம், எங்கே பார்த்தாலும், அறுகம்புல் பச்சென்று படர்ந்திருக்கும். பாதைகளின் இரு பக்கங்களிலும் கமுகமரங்களும் காட்டுவாழை மரங்களும் புன்க மரங்களும் பூவரச மரங்களும் வெய்யிலின் வெப்பம் தெரியாதபடி நிழல்கொடுத்து நிற்கும். புல்வெளிகளின் இடையிலே வட்டமாகவும் முக்கோணமாகவும் நாற்கோணமாகவும் பலகோணமாகவும் பாத்திகள் அமைத்து, பலவர்ணமான புஷ்பங்களைப் புஷ்பிக்கும் பலவித செடிகள் வைத்திருக்கும். சில இடங்களில் சிறிய மேடைகள் அமைத்து, அவைகளின் மீது சிறியனவும் பெரியனவுமான பல புஷ்பத் தொட்டிகள் அடுக்கடுக்காகவும் வரிசை வரிசையாகவும் வைத்திருக்கும். இந்தப் புஷ்பப் பாத்திகளுக்கும், மேடைகளுக்கும், பாதைகளிலிருந்து இரண்டு முழம் மூன்று முழம் அகலமுள்ள கிளை வழிகள் அமைத்திருக்கும். அவைகளின் ஓரங்களில் சீமைக்

கரிசிலாங்கண்ணி, கருநொச்சி முதலானவைகள் அடர்த்தியாக வைத்துத் திட்டமாகக் கத்தரித்திருக்கும். சில இடங்களில் க்ரோட்டன், கொறுக்கச்சி, மூங்கில் முதலியன புதர்போல் வளர்ந்திருக்கும். காலை மாலைகளில் வருவார் போவார் உட்கார்ந்து காற்றுவாங்கவும், காட்சிகளைக் கண்டு களிக்கவும், அங்கங்கே மரநிழலில் இருப்புப் பீடங்களும் விசிப்பலகைகளும் இட்டிருக்கும்.

இரண்டு மூன்றிடங்களில் பெரிய பெரிய கூண்டுகள் கட்டி, அவைகளில் புறாக்களும் கிளிகளும் மயில்களும் சிறிதும் பெரிதுமான பலவித பக்ஷிகளும் விட்டிருக்கும். ஓரிடத்தில் சுற்றிலும் இரும்புக்கம்பிகளால் வேலியிட்டு உள்ளே மான் கூட்டங்கள் விட்டிருக்கும். ஓரிடத்தில் ஒரு நீர் நிலையில் முதலை விட்டிருக்கும். ஓரிடத்தில் யானை கட்டியிருக்கும்.

இந்தத் தோட்டத்தின் வடபாதியின் மத்தியில், நான்கு பர்லாங்க் சுற்றளவுள்ள இடம், சுற்றிலும் துத்தநாகத் தகடுகளால் ஓராள் எட்டிப்பார்க்க முடியாத உயரமுள்ள அடைப்பு அடைத்திருக்கிறது. அதினுள்ளே மூன்று பக்கம் ஸுமார் இருபதடி அகலமுள்ள நீர்க்கால் ஒன்று உண்டு. அந்த நீர்க்காலில் சில பால்யர்கள் சிறு படகுகளில் ஏறித் தாங்களே துடுப்புப் பிடித்துப் படகைத் தள்ளிக்கொண்டுபோவர். இந்த அடைப்பிடத்தின் உள்ளே போவோர் வாயிலில் உள்ள ஆளிடம் ஓரணா கொடுத்துப் போகவேண்டும். மேல்பாதியில் அங்கங்கே பெரிய பெரிய இரும்பு போன்கள் அமைத்திருக்கின்றன. ஒன்றில் சிங்கம் இருக்கும். ஒன்றில் புலிகள் இருக்கும்: ஒன்றில் சிவிங்கி இருக்கும். நீர்க்காலின் அப்பால் ஒரு மேடையில் பலஜாதிக் குரங்குகள் கட்டியிருக்கும். வேடிக்கை பார்க்க வருவர் அவைகளுக்கு வேர்க்கடலை, பட்டாணி, வாழைப்பழம் முதலானவைகளை வாங்கிவந்து கொடுப்பார்கள்.

தோட்டத்தின் தென்பாதியில் ஓரிடத்தில், ஒருகாணி விஸ்தாரமுள்ள இடத்தில், தேக்கு வரிச்சல்களாலும் சட்டங்களாலும் பந்தலிட்டு, உள்ளே பெரிய

தொட்டிகளில் மடல் மடலான இலைகளுள்ள சில மலைப் பூடுகளைத் தினம் இருமுறை மும்முறை ஜலம் விட்டு வளர்த்து, எப்பொழுதும் குளிர்ச்சியாக வைத்திருக்கிறார்கள். பெர்னெரியென்னும் இவ்விடத்தில் வெய்யிற்காலத்தில் மாலைவேளையில் பீடங்களில் உட்கார்ந்து சிலர் ஜதை ஜதையாய்ப் பேசியிருப்பார்கள். சிலர் வர்த்தமான பத்ரிகை, கதைப்புத்தகம் முதலியவைகளைப் படித்திருப்பார்கள். உள்ளே போனால் பொழுதுபோகிற வரையில் அதைவிட்டு வெளியில் வருவதற்கு மனம் ஒப்பாது. அங்கே இருக்கிற வரையில் பெங்களூரில் இருப்பதுபோலவும் வெலிங்க்டனில் இருப்பதுபோலவும் வெய்யிலின் வெப்பம் தெரியாமலிருக்கும்.

அவ்விடத்திலிருந்து கூப்பிடு தூரத்தில் 'பாண்ட் ஸ்ட்டான்ட்' என்கிற வாத்யமேடை விமானம்போல் கட்டியிருக்கிறது. மேடையைச் சுற்றிச் சிலகஜ தூரம் வெளியிடம் விட்டுச் சுற்றிலும் பாதை அமைத்திருக்கிறது. பாதை ஓரடி உயரமாய் ஸமமாக இருக்கிறது. பாதையைச் சுற்றி இரும்புக் கம்பிகளால் வேலியிட்டிருக்கிறது. உள்ளே போவதற்கு நான்கிடங்களில் ஆறடி அகலமுள்ள வழிகள் விட்டிருக்கின்றன. அந்த வழிகளின் மீது வளைவாகக் கம்பிகள் பின்னியிருக்கும். அவைகளின்மேல் ரங்கூன், மல்லி, ஸம்பங்கி, காக்கணம் முதலிய கொடிகள் பந்தலிட்டதுபோல் படர்ந்திருக்கும். வேலியைச் சுற்றிலும் பெரிய பாதை உண்டு.

வாரத்தில் ஒரு நாள் இந்த வாத்ய மேடையில் ராணுவ வீரர்கள் பான்ட் வாசிப்பார்கள். அந்தக் கீதவாத்யத்தைக் கேட்டு மகிழும்படி, இங்க்லிஷ்காரரும் சுதேசிகளும் வந்து கூடியிருப்பார்கள். இங்க்லிஷ் சிறுவர்கள் அந்த வாத்யத்துக்கேற்றவாறு கூத்தாடி ஸந்தோஷிப்பார்கள். அங்கே எரிகிற விளக்குகளின் ஜோதியாலும், ஜனங்களின் உடை விசேடங்களாலும் குளிர்ச்சியாக வீசும் காற்றினாலும், அந்த ஸமயத்தில் அவ்விடம் அதி ரம்யமாக இருக்கும்.

முப்பததைந்து வருஷங்களுக்கு முன்னே இந்தத் தோட்டம் இப்பொழுதிருப்பதைவிட மிகவும்

இனிமையாக இருந்தது. அப்போது நகரசபா மண்டபம் அங்கே இல்லை. மூர் மார்க்கெட் அதற்கப்பால் ஏற்பட்டது. முனிஸிபல் ஆபீஸ் இப்போது ஏற்பட்டிருக்கிறது. தோட்டத்தை மேல் பார்வை செய்கிற உத்யோகஸ்தனுக்காக கட்டியிருக்கிற சிறிய மாளிகை தவிர வேறே ஒரு கட்டடமும் இல்லை. எவ்விடமும் பாயில்லாமலே இருக்கவும் படுக்கவும் ஏற்றபடி இந்தத்தோட்டம் சுத்தமாக இருந்தது.

எவ்விதமான துக்கமுள்ளவர்களுக்கும் இந்தத் தோட்டம் துக்கத்தை நீக்கி ஸந்தோஷத்தைக் கொடுக்கும் அமிர்த ஸஞ்சீவிபோல் இருந்தது. தனிகரான மணவாளரும் மணவாட்டிகளும் தீவுகளில் தனியிடங்களில் கூச்சமில்லாமல் உல்லாஸமாய்ப் பேசியிருப்பார். கிழம் பழங்கள் விசிப்பலகைகளில் உட்கார்ந்து தங்கள் பூர்வோத்தங்களைச் சொல்லி ஸ்ந்தோஷிப்பார்கள். இங்கிலிஷ் படிக்கும் பாலர்கள் பல வாதங்கள் செய்து உலாவித் திரிவர். நாட்டுப்புறங்களிலிருந்து வருகின்றவர்கள் காட்டு மிருகங்களைப் பார்த்து அதிசயிப்பர். மிட்டாய் தினுஸுகளை வாங்கிவந்து இந்தத்தோட்டத்தில் தடாகக்கரையில் இருந்து உண்டு இன்பமடைவர். ஞாயிற்றுக்கிழமை முதலிய ஒழிவு நாள்களில் உபாத்யாயர்களும் உத்யோகஸ்தர்களும் வந்து அங்கங்கே உட்கார்ந்தும் உலாவியும் வேடிக்கை பார்த்தும் ஸந்தோஷமடைந்து திரும்புவர்.'

— என்று பதிவு செய்துள்ளார் அவர்.

மேலும் அவர்,

'தாது வருஷத்திலும் அதற்கு முன்னும் சென்னை ராஜ்யத்தில் மழையில்லாமல் ஜனங்கள் பட்டபாடு இப்படிப்பட்டதென்று இப்போது அனேகர் அறியார். அந்த க்ஷாமத்தின் கொடுமை அடங்கினபிறகு, சென்னையில் உள்ள சில இங்க்லிஷ் கனவான்களும் சில சுதேச கனவான்களும் சில பெரிய உத்யோகஸ்தர்களும் கூடி ஆலோசித்து, டிஸெம்பர் மாத முடிவில் கிறிஸ்தவர்கள் கிறிஸ்து பிறந்த பெரு நாளைக் கொண்டாடுகிற காலத்தில், துரைத்தன உத்யோக சாலைகளிலும் பெரிய வர்த்தக

சாலைகளிலும் பாடசாலைகளிலும் கல்லூரிகளிலும் விடுமுறைக் காலமாகையால், அப்போது ஜனங்களின் விநோதத்தின் பொருட்டாக ராணி தோட்டத்தில் ஓர் சந்தை கூட்டுவதென்று ஏற்பாடு செய்தார்கள். உரிய ஏற்பாடுகளெல்லாம் அவர்களால் நியமிக்கப்பட்ட ஒரு கம்மிட்டியால் நடைபெற்று வந்தன.

வெளியூர்களிலிருந்து வருகிற உத்யோகஸ்தர்கள் தங்கள் மனைவி மக்களுடனே காட்டு மிருகங்களைப் பகலில் போய்ப் பார்ப்பது தவிர, தோட்டத்தின் வட பாதியில் விசேஷமான வேடிக்கை ஒன்றும் இராது. பல ஜனங்கள் வருவதும் போவதுமாயிருப்பார்கள். தென்பாதிதான் சந்தைகூடுகிற இடம். வாத்ய மேடையாகிய பாண்ட் ஸ்டாண்டைச் சூழ்ந்துள்ள பாதையைச் சுற்றிலும் வட்டமாகப் பந்தலிட்டு மூங்கில்களாலும் ஓலைகளாலும் அடைப்படைத்திருக்கும்.

அங்கே சந்தைக்கடை வைப்பவர்களுடைய வேண்டுகோளுக்கேற்றபடி பந்தல் தனித்தனி விடுதிகளாகப் பிரித்திருக்கும். சிலர் மிட்டாய் விற்பார்கள்.

சிலர் ரொட்டி, பிஸ்கட், பன், கேஸ்ஸோடா, லெமொனேட், வெற்றிலைப்பாக்கு முதலியவைகளை விற்பார்கள். சிலர் அருமையான சீமை ஸாமான்களையும் நாட்டு ஸாமான்களையும் விற்பார்கள். சிலர் ஸாமான்களுக்கு எண்கள் இட்டு, அவைகளுக்கேற்ற டிக்கெட்டுகள் போட்டு, டிக்கெட்டுகளை ஒரு பெட்டியிலிட்டு 'உங்கள் அதிஷ்டத்தைப் பாருங்கள்', 'உங்கள் அதிஷ்டத்தைப் பாருங்கள்' என்று கூவியிருப்பார்கள். விருப்பமுள்ளவர் பணங்கொடுத்து அந்தப் பெட்டியில் கையைவிட்டு ஒரு டிக்கெட்டை எடுத்துக் கொடுத்தால், கடைக்காரர் அந்த டிக்கெட்டில் கண்டிருக்கிற எண்ணுக்குரிய ஸாமானை எடுத்துக்கொடுப்பர்.

இப்படிப்பட்ட லாட்டெரி கடைகள் அநேகம் இருக்கும். அக்கடைகளில் டிக்கெட் பெட்டியிடம் நிற்பவர்களும் ஸாமான்களை எடுத்துக் கொடுப்பவர்களும் அழகிய இங்க்லீஷ் ஸ்த்ரீகள். ஒரு விடுதி கமிட்டியார் கூடுகிற

இடம். பொழுதுபோனதும் வாத்ய மேடையைச் சுற்றி ஏற்றியிருக்கிற மின்சார விளக்குகள் பல சந்திரர்கள் ஏக காலத்தில் ஸமீபத்திலிருந்து ப்ரகாசிப்பது போல் அதிக ஆநந்தத்தைக் கொடுக்கும். அப்போது இடையிடையில் வாத்ய கோஷம் உண்டாகும். உள்ளே ப்ரவேசிப்பதற்கு நாலு பக்கத்திலும் வழி விட்டிருக்கும். உள்ளே போவோர் ஒவ்வொருவரும் நாலணா கொடுக்கவேண்டும். ஜனங்கள் அதிக்கிரமித்து நடவாதபடி, அங்கே போலீஸ் ஜவான்கள் சிலர் நின்றிருப்பர். வளைவான இந்த அடைப்பிடத்தில் சந்தைக் கடைகளில் ஸாமான்கள் வாங்க வருவோர் மிகச் சிலரே. பல ஜாதி ஆண்களும் பெண்களும் கூடுகிற இடமென்று தெரிந்திருப்பதால், ஆடையாபரணங்களால் உண்டாகும் ஒப்பனையழகைக் கண்டு மகிழும்படி வருகின்றவர்கள் பலர். மனித ஸ்ருஷ்டியில் அரிய ஆடையாபரணங்கள் இன்றியே ஸ்வயம்ப்ரகாசமாக விளங்கும் இயற்கையழகைக் கண்டு மகிழும்படி வருகின்றவர்கள் பலர்.

உடைகளின் பாங்கையும் அவைகளைத் தரிக்கும் பாங்கையும் கண்டறிய வருகின்ற பாலர் சிலர். ஆபரணங்களின் விதங்களைக் கண்டறிந்து அவைகளில் விசேஷமான விதமாய் ஆபரணம் செய்தணிய விரும்பிவருகின்ற ஸ்த்ரீகள் அநேகர். நெடுநாளாய்க் காணப்பெறாதவர்களைக் கண்டு ஸலாம் போடும்படி வருவார் சிலர். ஒரு நோக்கமும் இன்றி உல்லாஸமாய் உலாவும்படி வருவார் பலர். வயிறு பசித்தாலும் பொருட்டு செய்யாமல், சற்றுநேரம் கழித்துப் போகலாமென்றே ஆலச்யம் பண்ணிக்கொண்டு அவ்விடத்தில் சுற்றி வருவார் தொகை மணிக்குமணி அதிகரித்திருக்கும். காஷாயம் தரித்தவர்களும் சீக்கிரம் அவ்விடத்தை விட்டு நீங்கார்கள்.

இங்ஙனம் சந்தை கூடுகின்ற காலத்தில், ஸமீபத்தில் வெளியிடங்களில் கூத்துக்கொட்டாய்களும், நாடகசாலைகளும், மல்லர் தங்கள் திறத்தைக் காட்டுமிடங்களும், ஆங்கங்கே வகுத்திருக்கும். அப்ராக்ருதமான ஸ்ருஷ்டி விசேஷங்களில் சிலவற்றைச் சேகரித்துக் காட்டுகிற பந்தல்களும் சில வகுத்திருக்கும்.

கீழ்ப்பாதியில் சிலம்பம் பயின்றவர்களுக்குப் பரிசளிக்கும்படி இப்போது கட்டியிருக்கும் ஆத்லெடிக் அஸோஸியேஷன் என்கிற மண்டபமும் அடைப்பும் அப்போதில்லை. அங்கே சுற்றிலும் கால்கள் நாட்டி வடங்கள் கட்டியிருக்கும். உள்ளே குதிரைப் பந்தயம், ரேக்லா பந்தயம், ஓட்டப் பந்தயம் முதலானவை நடக்கும். கையில் தண்ணீர்க் குடங்களை வைத்துக்கொண்டு ஓடுகின்றவர்களில் விழுவாரைக் கண்டும், கழுத்துவரையில் கோணிப் பைகளைக் கட்டிக்கொண்டு தத்தித் தத்திக் குதித்தோடுகின்றவர்களில் தப்பி விழுவாரைக் கண்டும் ஜனங்கள் கொல்லென்று சிரிப்பார்கள். அவ்விடத்தில் உள்ளூற ஜனங்கள் நெருங்காதபடி ஸார்ஜெண்டுகள் குதிரைகளை வளைய வளையவிட்டு ஜனங்களை வெருட்டியிருப்பார்கள். ஜனங்களைச் சில இடங்களில் போலீஸ் ஜவான்கள் அதட்டியிருப்பார்கள். சில இடங்களில், அந்த ஜவான்களை ஸமயம் பார்த்து ஜனங்கள் நெருக்கித் தள்ளிவிடுவார்கள். உயரமில்லாதவர்களில் சிலர் வண்டிகளின் மேலிருந்து வேடிக்கை பார்ப்பார்கள். சிலர் மரக்கிளைகளில் வாலில்லாத வாநரம்போல் தொத்தியிருந்து வேடிக்கை பார்ப்பார்கள்.

குஜிலியில் அந்த ஸமயம் வேலையில்லாமல், இந்த ஜனத்திரளில் தங்கள் வேலையின் திறத்தைக் காட்டும் பெரிய மனிதர்கள் சிலருக்கு அந்தக் காலம் நல்ல கந்தாயம். ஜேபியிலுள்ள நோட்டுகளும் மடியிலுள்ள காசுகளும் மேலேயுள்ள அங்கவஸ்திரங்களும் ஸ்திரீகளின் கண்டமாலைகளும் இவர்களைக் கண்டால் மாயமாய்ப் போய்விடும். கோழி திருடிக் கூடவிருந்து குலாவுவதுபோல், இவர்கள் மிகவும் பரிதபித்து, ‘படவாவைப் பிடி பிடி’, ‘அதோ ஓடுகிறான் கழுதை அடி அடி’ என்று கூவிப் போக்குக் காட்டுவார்கள்.

நாலைந்து நாள்கள் வரையில் இந்த ப்ரகாரம் சிங்காரத் தோட்டம் திமில குமிலமாக இருக்கும். கடைசி நாள் இரவில் பத்துமணிக்குமேல் பாணவேடிக்கை நடத்துவார்கள். அதில் அபூர்வமான சில அதிசயங்களைக்

கண்டு ஜனங்கள் ஆனந்தமடைவார்கள். அதனோடு சந்தை முடிவுபெறும்’

— இப்படிப் பல்வேறு வகையில் சிறப்புப் பொருந்திய, சென்னை மாநகரின் மிகப் பெரும் அடையாளமாகத் திகழ்ந்த ‘பிப்பிள்ஸ் பார்க்’கில் ஒரு சமயம் மிகப் பெரிய தீவிபத்து ஏற்பட்டது. அதுதான் சென்னையில் ஏற்பட்ட மிக பெரிய முதல் தீவிபத்து. அந்த விபத்தில் நூற்றுக்கணக்கானோர் இறந்தனர். பலர் காயமுற்றனர்.

அந்தத் தீ விபத்து பற்றிக் கீழ்க்கண்டவாறு பதிவு செய்திருக்கிறார் செல்வகேசவராய முதலியார்.

‘1886–ம் வருஷத்து டிஸெம்பர் மாதத்துக்கு ஸரியான பார்த்திப வருஷத்து மார்கழி மாஸத்தில் இவ்விதம்

> 1886–ம் வருஷத்து டிஸெம்பர் மாதத்துக்கு ஸரியான பார்த்திப வருஷத்து மார்கழிமாஸத்தில் இவ்விதம் சந்தை கூடி இரண்டு மூன்று நாள்கள் வரையில் எல்லா வேடிக்கைகளும் வழக்கம்போல் ஒழுங்காக நடந்துவந்தன. நாலாநாள் மாலை ஏழுமணிக்கு, சந்தைக் கடைகளின் அடைப்பிலிருந்து ஓவென்ற அழுகுரல் புறப்பட்டது. சுற்றடைப்பில் ஐந்தாறிடங்களில் ஏககாலத்தில் நெருப்புப்பற்றி எரிதலாயிற்று.

சந்தை கூடி இரண்டு மூன்று நாள்கள் வரையில் எல்லா வேடிக்கைகளும் வழக்கம்போல் ஒழுங்காக நடந்துவந்தன. நாலாநாள் மாலை ஏழுமணிக்கு, சந்தைக் கடைகளின் அடைப்பிலிருந்து ஓவென்ற அழுகுரல் புறப்பட்டது. சுற்றடைப்பில் ஐந்தாறிடங்களில் ஏககாலத்தில் நெருப்புப்பற்றி எரிதலாயிற்று. நிமிஷநேரத்தில் மேலுங்கீழும் இடமும் வலமுமாக நெருப்புப் பலபக்கங்களிலும் பரவத் தொடங்கியது.

வாயில்களின் ஸமீபத்தில் இருந்தவர்களில் எச்சரிக்கையாக ஓடிப்போனவர்கள் பிழைத்தார்கள். தீப்பற்றி வராத இடங்களில் மூங்கில்களை உடைத்தும் ஓலைகளைப் பிய்த்தும் அடைப்புகளில் வழிசெய்துகொண்டு ஓடின பாலர்களும் பலசாலிகளும் சிலர் பிழைத்தார்கள். நிமிஷ நேரத்தில்

வாயில்களினிடத்தில் ஜனங்கள் முன்பின்பாராமல் நெருங்கியதால், நசுங்குண்டிறந்தவர் சிலர், மிதியுண்டிறந்தவர் சிலர். அடைப்புத் தட்டிகளை உடைத்துக்கொண்டு போனவர்களில் ஓலைகளாலும் மூங்கில்களாலும் கீறுண்டு இரத்தம் வடிந்துகொண்டு போயினர் சிலர். ஜனநெருக்கத்தால் கையொடிந்தும் காலொடிந்தும் 'அப்பாடா', 'அம்மாடி' என்று ஓலமிட்டும் நொண்டியும் போயினர் சிலர்.

சில நேரத்தில் அங்கும் தீ நெருங்கி விட்டது: வாயில்களிடத்தும் தீ நெருங்கிவிட்டது. 'ஐயோ, குழந்தை எங்கே' என்பாரும், 'அப்பா எங்கே' என்பாரும், 'அம்மா எங்கே'என்பாரும், 'அத்தான் எங்கே' என்பாரும், 'ஐயோ தீ நெருங்கிவிட்டதே. என்ன செய்யலாம்' என்பாரும், 'ஐயோ வெப்பம் பொறுக்க முடியவில்லையே' என்பாருமாய் உள்ளே அகப்பட்டவர்கள் தத்தளித்திருந்தார்கள். பத்து நிமிஷ நேரத்தில் பந்தல்களெல்லாம் தரையோடு தரையாய்விட்டன. தலைமயிரும் மீசையும் தாடியும் பற்றி யெரிந்து முகங்கரிந்தோடினார் சிலர். உடைகளையெல்லாம் கழற்றியெறிந்து நிர்வாணமாய் ஓடித் தப்பினார் சிலர். மற்றவர்களில் ஸ்மரணையில்லாமல் குற்றுயிராய்க் கிடைத்தவர் சிலரே. மாண்டவர்கள் பலநூறு என்று கணக்கு ஏற்பட்டது.'

இன்றைக்குச் (2022) சரியாக 136 ஆண்டுகளுக்கு முன்னால் டிசம்பர் 31, 1886 அன்று ஏற்பட்ட அந்தத் தீ விபத்தைப் பார்வையிட்டவர்களில் அப்போது இளைஞராக இருந்த உ.வே.சாமிநாதையரும் ஒருவர். அவர் அப்போது கும்பகோணத்தில் பணியாற்றி வந்தார். 'சீவக சிந்தாமணி' நூல் அச்சாக்கம் தொடர்பாக கும்பகோணத்திலிருந்து அவ்வப்போது சென்னைக்கு வந்து போய்க் கொண்டிருந்தார். இந்த விபத்து நிகழ்ந்த காலத்தில் அவர் சென்னையில்தான் இருந்தார். விபத்து நடந்த இடத்திற்கு அருகே இருந்த சூளையில், அவதானம் பாப்பையர் வீதியில் இருந்த 'திராவிட ரத்னாகரம்' என்ற பெயர்கொண்ட அச்சுக்கூடத்தில், சீவக சிந்தாமணிப் பிரதியை அவர் மெய்ப்பு நோக்கிக் கொண்டிருந்தார்.

தீவிபத்து பற்றி அறிந்தவர், உடனடியாக பீப்பிள்ஸ் பார்க்கிற்குச் சென்று பார்வையிட்டார். அதைப் பற்றி அவர் தனது 'என் சரித்திரம்' நூலில் கீழ்க்கண்டவாறு பதிவு செய்திருக்கிறார். *(என் சரித்திரம், பக்கம்:754, விகடன் பிரசுரம்.)*

'ஒரு நாள் மாலை ஆறரை மணிக்கு அச்சுக்கூடத்தில் நான் புரூப் பார்த்துக் கொண்டிருந்தபோது கோவிந்தாசாரியார் மிகவும் கலக்கமடைந்த முகத்தோடு என்னிடம் வந்தார். "என்னாங்க! சமாசாரம் கேள்விப்பட்டீங்களா?" என்று கேட்டார்.

"என்ன?" என்று நான் வேகமாக விசாரித்தேன்.

"தீப்பிடித்து விட்டுதுங்களாம்" என்று சொல்லி மேலே பேசாமல் நிறுத்தினார்.

எனக்குப் பகீரென்றது.

எப்போதும் சிந்தாமணியைப் பற்றிய விசாரத்திலே மூழ்கியிருந்த எனக்கு, 'சிந்தாமணியில் அச்சிட்ட பாரங்களுக்குத்தான் அபாயம் வந்து விட்டதோ' என்று பயந்து, "எங்கே? எங்கே?" என்று பரபரப்போடு விசாரித்தேன்.

"ஐயோ! பார்க்கு வேடிக்கைக்குப் போட்டிருந்த பெரிய கொட்டகையில் தீப்பிடித்துக் கொண்டதாம். பல பேர் சேதம். தீயை அணைக்க முடியவில்லை. குழந்தைகளும், பெண்களும், சிறுவர்களும், கிழவர்களும் தீயில் அகப்பட்டுத் தீய்ந்து போய்விட்டார்கள்" என்று சொல்லிக் கண்ணீர் விட்டார்.

உடனே புரூப்களை அப்படியே வைத்துவிட்டு அவருடன் அங்கே போய்ப் பார்த்தேன். என்ன பரிதாபமான காட்சி! கண்ணாற் பார்க்கச் சகிக்கவில்லை. உடல் முழுவதும் வெந்தும் உயிர் போகாமல் துடித்துக் கொண்டும் கை வெந்தும் கால் தீய்ந்தும் போன பல ஜனங்களைப் பார்த்தேன். வெளியூர்களிலிருந்து ஆயிரக்கணக்கான ஜனங்கள் வந்திருந்தனர். அவர்களிற் பலர் இந்த விபத்திற் சிக்கி உயிரை இழந்தனர்.'

— என்று இந்தத் தீ விபத்தின் அவல விளைவுகளைப் பதிவு செய்திருக்கிறார் உ.வே.சா.

*1886*ல் நிகழ்ந்த இந்தத் தீ விபத்தில் உண்மையில் இறந்தவர்களின் மொத்த எண்ணிக்கை *402.* விபத்தில் இருந்து தப்பிப் பிழைத்தவர்களுள் புத்தாண்டு விருந்துக்காகக் கலந்து கொள்ள வந்திருந்த திருவாங்கூர் மகாராஜாவும் ஒருவர். அப்போது சென்னையின் ஷெரீப்

> சென்னையில் பீபில்ஸ் பார்க்கில் ஒரு பக்கம் "ராயல் பாத்" என்கிற பெயரையுடைய ஒரு கட்டிடமுண்டு. அது 1922-ம் வருஷம் ஒரு சீமானுடைய நன் கொடையால் கட்டப்பட்டதாம். அது சென்னைவாசிகள் நீந்திக் குளிக்கும்படியாகக் கட்டப்பட்டது. இதில் விசேஷமென்ன வென்றால் ஜனங்கள் நீந்திக் குளிப்பதற்காக எல்லா சௌகரியங்களும் அமைக்கப்பட்டிருக்கின்றன; குளித்தவுடன் உடம்பை உலர்த்திக் கொள்வதற்காகவும், ஆடை அணிவதற்காகவும் அறைகள் அமைக்கப்பட்டிருக்கின்றன; நீந்தக் கற்போர்களுக்கு அபாயமில்லாதபடி ஒரு பக்கம் கொஞ்சம் ஆழமில்லாமலும், போகப் போக ஆழம் அதிகமாகவும் அமைக்கப்பட்டிருக்கிறது; ஆனால் ஒன்றுதான் குறைவாயிருக்கிறது.—இந்தக் குளிக்கும் இடத்தில் தண்ணீர்தான் கிடையாது! பம்பாய் கல்கத்தா முதலிய பட்டணங்களைப்பற்றிப் புகழ்ந்து பேசும் ஜனங்களில் யாராவது அவ்விடங்களில் தண்ணீரில்லாத குளிக்குமிடங்கள் அமைக்கப்பட்டிருக்கின்றனவா என்னும் கேள்விக்குப் பதில் கூறட்டும். ஏறக்குறைய இந்தியா முழுவதிலும்—ஏன், இவ்வுலக முழுவதிலும்—ஜலமில்லாத ஸ்நான கட்டம் கிடைப்பது அரிது என்றே சொல்லவேண்டும். இந்த அருமையான பெருமை நம்முடைய சென்னைக்குத்தான், எனக்குத் தெரிந்தவரையில், உரித்தானது! சிலர், நீந்தக் கற்றுக்கொண்ட பிறகுதான் ஜலத்தில் இறங்குவோம், என்று கூறக் கேட்டிருக்கிறேன். அப்படிப் பட்டவர்களுக்காக இந்த ஸ்நான கட்டம் கட்டப்பட்டதோ என்னமோ?

ஆக இருந்த சவலை ராமசுவாமி முதலியார் விபத்தினைக் கண்டு, மிகவும் மனம் வருந்தி, மிகப் பெரிய நிதி திரட்டி பாதிக்கப்பட்டவர்களுக்கு உதவினார். சென்னை கிறித்துவக் கல்லூரி முதல்வர் வில்லியம் மில்லரும் உதவியவர்களுள் முக்கியமானவர்.

இவ்வாறு *1886* முடிந்து *1887* பிறக்க இருந்த சமயத்தில் ஏற்பட்ட இந்தத் தீவிபத்து அக்காலத்துச் சென்னைவாசிகளுக்கு மறக்க முடியாத ஒரு வடுவாக மாறியது. ஆனாலும், பீப்பிள்ஸ் பார்க் அதிலிருந்து மெள்ள மெள்ள மீண்டது. புனரமைக்கப்பட்டது.

கொண்டாட்டங்கள் தொடர்ந்தன. பிற்காலத்தில் ரிப்பன் பில்டிங் வந்தது. மூர் மார்க்கெட் வந்தது. 1922ல் கூட இந்த 'பீப்பிள்ஸ் 'பார்க்' மக்கள் பயன்பாட்டில் இருந்திருக்கிறது என்பதற்கு, பம்மல் சம்பந்த முதலியார், தனது கட்டுரை ஒன்றில் எழுதியிருக்கும் கீழ்க்கண்ட குறிப்பு ஒரு சான்று.

சுதந்திரத்திற்குப் பின் பல மாறுதல்கள் நிகழ்ந்தன. இன்றைக்கு 'பீப்பிள்ஸ் பார்க்' என்பதன் அடையாளமே இல்லை. நேரு ஸ்டேடியத்திற்குப் பின்னால், சென்னை புற நகர் ரயில் பாதையை ஒட்டியிருக்கும் அடர்ந்த புதர்ப் பகுதியே அன்றைக்கு மிகவும் புகழ்பெற்ற 'பீப்பிள் பார்க்' ஆக பல ஏக்கர் நிலத்தில் பரந்து விரிந்திருந்தது என்று சொன்னால் நீங்கள் நம்புவீர்களா?

●

- 3 -

சித்திரக்கவியும், கவிஞர்களும்

தமிழின் 96 வகைச் சிற்றிலக்கியங்களுள் ஒன்று 'சித்திரக்கவி.' கவி பாடத் தெரிந்த எல்லோராலும் பாடப்படக் கூடியதல்ல இது. கற்றறிந்த அறிஞருக்கே மிகக் கடினமான ஒன்று. அதனால்தான் 'மிறைக்கவி' என்று இது போற்றப்படுகிறது. திருஞானசம்பந்தர், பகழிக் கூத்தர், பாம்பன் சுவாமிகள், பிச்சு ஐயங்கார் போன்ற பலரது பாடல்கள் 'சித்திரக்கவி' வடிவில் அமைந்துள்ளன. இவ்வகைச் சித்திரக்கவிகளை இயற்றுவதற்கு செய்யுள் பாடுமறிவு மட்டுமல்லாமல், துல்லியமான இலக்கண அறிவும், கணித அறிவும் இருக்க வேண்டும். ஒரே எழுத்து திரும்பத் திரும்ப எத்தனை முறை வரவேண்டும், அது எந்த வகையில் பொருள் கொள்ளப்பட வேண்டும், எத்தனை எழுத்துக்கள் ஒரு பாடலில் இருக்க வேண்டும், மாலை மாற்றாக அந்தச் செய்யுள் வரும்போது எழுத்துக்களை எந்தெந்த வகையில் அமைக்க வேண்டும் என்பதற்கெல்லாம் விதிமுறைகள் உள்ளன. சித்திரக்கவிகளை எப்படி அமைப்பது, அதனை எப்படிப் பாடுவது என்பதற்கான விளக்கங்கள் 'தண்டியலங்காரம்', 'மாறனலங்காரம்', 'குவலயானந்தம்' போன்ற நூல்களில் காணப்படுகின்றன.

சித்திரக்கவியின் வகைகள் பற்றி,

'மாலை மாற்றே சக்கரஞ் சுழிகுள
மேகமாத மெழுகூற் றிருக்கை

காதை கரப்பே கரந்துறைப் பாட்டே
தூசங் கௌலே வாவன் ஞாற்றே
பாத மயக்கே பாவின் புணர்ப்பே
கூட சதுக்கங் கோமூத் திரியே
யோரெழுத் தினத்தா னுயர்ந்த பாட்டே
யொற்றுப் பெயர்த்த வொருபொருட் பாட்டே
சித்திரப் பாவே விசித்திரப் பாவே
விற்ப நடையே வினாவுத் தரமே
சருப்பதோ பத்திரஞ் சார்ந்த வெழுத்தே
வருக்கமு மற்றும் வடநூற் கடலு
ளொருக்குடன் வைத்த வுதாரண நோக்கி
விரித்து நிறைத்து மிறைக்கவிப் பாட்டுத்
தெரித்துப் பாடுவது சித்திர கவியே.'

என்று 'சித்திரக் கவிகள்' பற்றி மிக விரிவான விளக்கத்தைத் தருகிறது, பிங்கல முனிவர் எழுதிய 'பிங்கல நிகண்டு.' இந்த வகைகளை அடிப்படையாக வைத்துப் பலர் பலவிதமான சித்திரக்கவிகளை அக்காலத்தில் இயற்றியுள்ளனர். சிலர் இதனை அடிப்படையாகக் கொண்டு புதுப் புது வகையிலும் சித்திரக்கவிகள் எழுதியுள்ளனர். சித்திரக்கவிஞர்கள் பற்றியும், அவர்கள் இயற்றிய சில சித்திரக்கவிகள் பற்றியும் சுருக்கமாக இங்கே காண்போம்.

கூடச்சதுர்த்த பந்தம்

கூடம் = மறைவு; சதுர்த்தம் = நான்கு. நான்காம் அடியை மறைவாகக் கொண்ட செய்யுள் என்பது இதன் பொருள்.

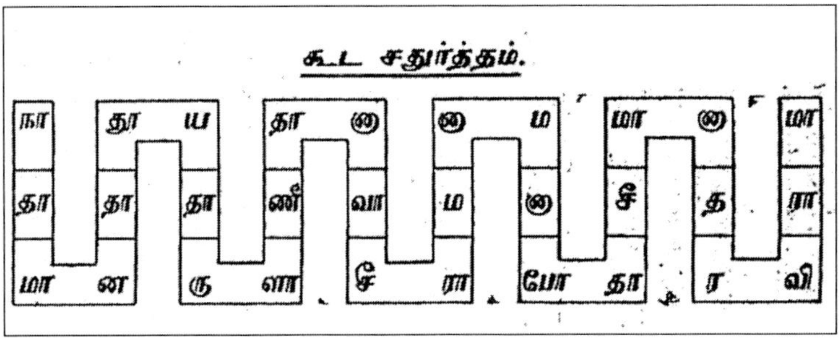

சான்றாக இந்தச் செய்யுளைப் பார்க்கலாம்.

நாதா மானதா தூய தாருளா
ணீதா னாவாசீ ராம னாமனா
போதா சீமானா தரவி ராமா
-தாதா தாணீ வாமனா சீதரா-

படத்தில் சித்திரத்தின் ஆரம்பத்தில் 'நாதா' என்பதில் துவங்கி 'ராமா' என்பதோடு சித்திரம் முற்றுப்பெற்று விடுகிறது. நான்காமடி சித்திரத்தில் இல்லை. ஆனால், மறைந்திருக்கிறது. அதனாலேயே இது கூடச்சதுர்த்த பந்தம் எனப்படுகிறது. அந்த நான்காம் அடி எங்கே இருக்கிறது? சித்திரத்தின் மையத்தில் உள்ளது. அதாவது நடுவில் உள்ள வரிகளான 'தா தா' என்பதில் துவங்கி, 'சீ த ரா' என்று முடிவதே நான்காம் வரியாகும். அதனையே நான்காம் வரியாகக் கொள்ள வேண்டும். இதுவே இச்சித்திரக்கவியின் இலக்கணம்.

இந்தப் பாடலை இப்படிப் பொருள் கொள்ள வேண்டும்: நாதா — சுவாமியே; மானதா — என் மனதில் உள்ளவனே; தூய தாருளா ணீதா நாவா = தூய தார் உளாள் = தூய்மை பொருந்திய தாமரையில் உள்ளவளான இலக்குமி — நீதான் னா(நா)வா — அவளின் உடைமையான நீதான் என்னுடைய நாவில் வந்து வீற்றிருக்க வேண்டும். சீ ராம னாமனா — சீராமன் ஆம் மனா — சக்கரவத்தித் திருமகனாகிய மன்னனே; சீமான் — அழகுடையவனே; ஆதரவி ராமா = ஆதர இராமா = சகலரும் விரும்பும் இராமனே; வாமனா சீதரா போதா — வாமனனே; சீதரனே; ஞான மயமானவனே; தாதா தாணீ = தா தா தாள் நீ — உனது திருவடித் தாமரைகளை (எனக்கு) நீ தந்தருள்வாயாக.

இது கடவுள் வாழ்த்துச் செய்யுளாகும். இதனை இயற்றியவர்: பரிதிமாற் கலைஞர் என்னும் வி.கோ. சூரிய நாராயண சாஸ்திரியார். இவர், ஜூலை 6, 1870ல், விளாச்சேரியில் கோவிந்த சிவனாருக்கு மகனாகப் பிறந்தவர். தமிழ் மீது கொண்ட பற்றின் காரணமாகப் பிற்காலத்தில் தனது பெயரை 'பரிதிமாற் கலைஞர்' என்று பெயர் மாற்றம் செய்து கொண்டார்.

'செம்மொழி அறிஞர்' என்று போற்றத்தகுந்தவர் இவரே!. தமிழைச் செம்மொழியாக அறிவிக்க வேண்டும் என முதன் முதலில் வலியுறுத்திய தமிழறிஞர் இவர்தான்! 'தமிழ் மொழி வரலாறு' என்னும் நூலை எழுதி தமிழின் தொன்மையை அயலார் அறியச் செய்தார். 'சித்திரக் கவி விளக்கம்', 'நாடகவியல்' 'மானவிஜயம்' 'தனிப்பாசுரத் திரட்டு' 'தமிழ் வியாசங்கள்' என்று இயல், இசை, நாடகம் என மூன்றிலும் பல படைப்புகளைத் தந்த முத்தமிழ் அறிஞர் இவர். நவம்பர் 2, 1903ல் இவர் காலமானார்.

மாலை மாற்று

ஒரு செய்யுளின் ஆரம்பத்தில் துவங்கி, அது முடியும் இறுதி எழுத்திலிருந்து திரும்ப முதலெழுத்து வரை படித்தாலும் மாறாமல் அதே செய்யுள் திரும்ப வருமாறு பாடப்படுவதே 'மாலை மாற்று' எனப்படுகிறது. மாலையைப் போல் முதலிருந்து துவங்கி இறுதிவரை வலமிருந்து இடமாகவும், இடமிருந்து வலமாகவும் வரிசை மாறாமல் ஒன்று போன்றே இருப்பது மாலை மாற்றாகும். சான்றாகச் சொன்னால் 'விகடகவி' என்பதை வலமிருந்து இடமாகவும், இடமிருந்து வலமாகவும் படித்தால் எப்படி ஒரே சொல்லாக வருகிறதோ, அதைப் போன்றதுதான் மாலை மாற்று என்பதும்.

'ஒரு செய்யுள் முதல், ஈறு உரைக்கினும், அஃதாய் வருவதை மாலை மாற்றென மொழிப' என்பது மாறனலங்காரம் கூறும் இலக்கணமாகும். பொதுவாக 'மாலை மாற்று' குறள் வெண்பாவால் இரண்டு அடிகளிலேயே பாடப்படும். சான்றாக ஞானசம்பந்தர் எழுதிய இந்தப் பாடலைச் சுட்டலாம்.

யாமாமாநீ யாமாமா யாழீகாமா காணாகா
காணாகாமா காழீயா மாமாயாநீ மாமாயா

இதை முதலிருந்து தொடங்கி வாசித்தாலும், இறுதியிலிருந்து தொடங்கி வாசித்தாலும் ஒன்றுபோலவே தொடங்கி முடியும்.

இதே மாலை மாற்றை மிகவும் அரிதாக நான்கடிகளிலும் சிலர் பாடியுள்ளனர். இதோ ஓர் உதாரணம்.

வாலகந மாநீயா மாவல வேநீத
நீலன நேசாயா நீயல - மாலய
நீயாசா நேநல நீதநி வேலவ
மாயாநீ மாநகல வா

இதன் விளக்கம்: கால – நமனையொத்த; பாணி – கையுடைய; வேல – வேலாயுதனே!; கோ – அரசே; வால – தூயனே; மேவு – கோரும்; பால – பொருள்களை; தா — தந்தருள்(வாயாக); தால — நாவின் கண் பாவு(ம்) – செய்யுள்களும்; ஏல – பொருந்த; வா – வந்தருள்வாயாக; கோல – அழகிய; வேணி — சடையுடைய சிவன்; பால — குமரனே; கா — காத்தருள்(வாயாக).

மேற்கண்ட பாடலை எழுதியவர் சோழவந்தான் அரசஞ் சண்முகனார். இவர், மதுரையை அடுத்த சோழவந்தானில், அரசப்பப் பிள்ளை — பார்வதி அம்மாள் தம்பதியினருக்கு, செப்டம்பர் 15, 1868ல் மகனாகப் பிறந்தார். கிண்ணிமங்கலம் சிவப்பிரகாச சுவாமிகளிடம் தமிழ் இலக்கண, இலக்கியங்களைக் கற்றுத் தேர்ந்தார். தமது பதினான்காம் வயதில் 'சிதம்பர விநாயகர் மாலை' என்ற நூலைப் பாடினார். தொடர்ந்து சிறுசிறு செய்யுள்களை இயற்றியும், சித்திரக்கவிகளை வரைந்தும் தமது அறிவை மேம்படுத்திக் கொண்டார். 'மாலை மாற்று மாலை' என்பது இவர் எழுதிய முதல் சித்திரக்கவி நூலாகும். தொடர்ந்து ஏகபாத நூற்றந்தாதி', 'நவமணிக்காரிகை நிகண்டு' எனப் பல நூல்களை எழுதினார். மதுரையில் நான்காம் தமிழ்ச்சங்கம் அமைத்த வள்ளல் பாண்டித்துரைத் தேவர் தமிழ் வளர்ச்சிக்காக 'சேதுபதி செந்தமிழ்க் கலாசாலை'யை உருவாக்கினார். அதில் இவர் ஆசிரியராகச் சேர்ந்து பணியாற்றினார். பல தமிழறிஞர்களுடன் நட்புக் கொண்டிருந்த இவர், விவேகபாநு இதழில் இலக்கிய, இலக்கண ஆராய்ச்சிக் கட்டுரைகளைத் தொடர்ந்து எழுதிவந்தார். 'இன்னிசை இருநூறு', 'திருக்குறளாராய்ச்சி', "தொல்காப்பியப் பாயிர விருத்தி' போன்றவை அவற்றில் முக்கியமானவையாகும். இவர், ஜனவரி 11, 1915ல், தனது 47ம் வயதில் காலமானார்.

சதுர் நாக பந்தம்

நான்கு நாகங்கள் ஒன்றையொன்று பின்னிக் கொண்டிருப்பது போல் வரையும் சித்திரக்கவி சதுர் நாக பந்தம் என்று அழைக்கப்படுகிறது. நாகங்களின் தலையில் துவங்கி வாலில் முடிவதாகப் பாடப்படும் இது, கடினமான செய்யுள் வகையினுள் ஒன்று என்று சொல்லலாம். காரணம், எங்கெங்கு நாகங்களின் சந்திப்பு அமைகிறது, எங்கு என்ன எழுத்தை இட்டால் அது எல்லா இடங்களுக்கும் பொருந்தி செய்யுளுக்குப் பொருத்தமாக அமையும் என்றெல்லாம் எழுத்தெண்ணிப் பாடப்படுவது.

சான்றாக கலிவிருத்தத்தில் அமைந்த கீழ்கண்ட பாடலைப் பார்க்கலாம்.

மாதரி சேயமா வாகன வந்தருளா
தவ தேனிந காகுக நாதசூர்
மாதடி சேவக மானினி யாவளா
வேதவி யாவகா வேலவ கந்தனே!

இதன் சுருக்கமான பொருள்: பெரிய மயில் வாகனத்தில் வந்து அருள் புரியும் உமையாள் மகனே, தவம் மிகுந்தவனே, தேன் போன்ற இனிமையுடையவனே, நாகத்தைக் கொண்ட குகனே, சூரனை வென்ற நாதனே, அவனை சேவலாக உன்னடி பணித்தவனே, வேதம் உரைக்கக் கேட்பவனே வடிவேலவா, என் கந்தனே!'

இதனை இயற்றியவர் ஆ.ப. சுவாமிநாத சர்மா. 'சந்தச் சரபச் சித்திரப் பாவல ஆசான்', 'மதுரவரகவி' என்றெல்லாம் போற்றப்பட்ட இவர், செப்டம்பர் 4, 1900 அன்று, புதுக்கோட்டை மாவட்டம் ஆவுடையார் கோயிலை அடுத்த குடிக்காட்டில் பிறந்தவர். இளம் வயதிலேயே இவருக்கு ஆசுகவியாகத் தமிழ்ப் பாடல்களைப் பாடும் ஆற்றல் கை வந்தது. தமது 23ம் வயதில் சுவாமிமலை முருகன் மீது பாடல்கள் புனைந்து அதை 'சுவாமிநாதன் தோத்திரக் கொத்து' என்னும் பெயரில் வெளியிட்டார். தொடர்ந்து 'சித்திரக் கவி' இலக்கணத்தைத் தாமாகவே பயின்று தேர்ந்தார். முரசு பந்தம், மயூர பந்தம், நாக பந்தம், அட்ட நாக பந்தம், கூடச் சதுக்க பந்தம், ரத பந்தம் என்று பல நூற்றுக்கணக்கான சித்திரக்கவிகளை இவர் எழுதியிருக்கிறார். 'குன்றை மும்மணிக்கோவை', 'மயூர கிரி உலா', 'திருவேரகன் பதிகம்', 'மால் அரன் மாலை மாற்று மாலை', 'புதுக்கோட்டை புவனேஸ்வரி அம்மன் துதிப்பாசுரத் தொகை', 'கல்லம்பட்டி முத்து மாரியம்மன் துதிப்பாசுரத் தொகை', 'தேனிமலை முருகன் துதிப்பாசுரத் தொகை' 'வரத கணேசர் தோத்திரப் பாமாலை' போன்றவை இவர் எழுதிய நூல்களாகும். 19/07/1973ல், தனது எழுபத்து மூன்றாம் வயதில் இவர் காலமானார்.

ரத பந்தம்

'ரதம்' என அழைக்கப்படும் தேரின் சித்திரத்தில் கவியை அமைப்பதே ரத பந்தமாகும்.

ரதத்தின் கீழே இடப்பக்கம் உள்ள சக்கரத்தின் எழுத்தை முதலாகக் கொண்டு மேலேறி, பின் வலது சக்கரத்தில் இறங்கி, பின் அதிலிருந்து மேலேறி இடவலமாகச் சுற்றுச் சுற்றி மேலேறி உச்சியிலிருந்து நடுவில் இறக்கினால் பாடல் சரியாக வரும்.

சான்றாக இடச்சக்கரத்தில் உள்ள 'க' முதலாகி, மேலேறி, 'ன்'னைத் தொடர்ந்து பின் கீழிறங்கி 'ன'வைச் சேர்த்து பின் மீண்டும் மேலேறி 'ன்'னைத் தொடர்ந்து இடவலமாக 'குமண' என்று தொடங்கி, 'பேணின்' என்பதோடு முடிய, அங்கிருந்து மேலேறி 'ம'வை முதலாகக் கொண்டு கீழிறங்க 'மணிராமச்சந்திரமன்.' எனச் செய்யுள் முடியும்

கன்னன் குமணனே காரணிகா வாமணிதிக்

குன்னுகொடை தந்தருள்கை யுற்றுமெச்சப்-பொன்போற

பணிமிகச்செய் பண்புடன்மன் பாப்பெயரார்ப் பேணின்

மணிராமச் சந்திர மன்இ

தன் பொருள்: திக்கெல்லாம் நினைத்துப் போற்றும்படி, கன்னன், குமணன், மேகம், அழகான கற்பகம், காமதேனு, என்னும்படி கவிப் பெயர் பெற்று, பாவலரைக் காக்கக் கொடை கொடுக்கும் இனிய மணி போன்றவன், அனைவரும் பொன்னைப் போலப் போற்றப் பொதுப்பணி, கொடை மழையாலும் மொழி மழையாலும் மகிழச் செய்பவன் அரசனைப் போன்ற ராமச்சந்திர வள்ளல் என்பவனாம்.

இதனை இயற்றியவர் புலவர் பி.வி. அப்துல்கபூர். தன்னை ஆதரித்த சேக்கிழார் அடிப்பொடி டி.என்.ராமச்சந்திரன் மீது இவர் பாடிய பாடலே இது. அப்துல்கபூர் தனது பதினான்காம் வயது முதலே சித்திரக்கவிகள் எழுதத் துவங்கி விட்டார். ஆயிரக்கணக்கில் சித்திரக்கவிகள் பாடியவர் இவர். கீர்த்தனை அரசு, சித்திரக்கவிச் சரபம், ஆசுகவி என்பது உள்பட பல்வேறு பட்டங்கள் பெற்றவர். இவரைப் பாராட்டாத தமிழறிஞர்களே அக்காலத்தில் இல்லை என்னுமளவிற்கு தமிழ் இலக்கியத்தில் தேர்ந்தவர். பிறப்பால் இஸ்லாமியராக இருந்தாலும், சைவ சமயத்தில் தோய்ந்தவர். இலக்கணத்தில் ஆழங்காற்பட்டவர். ஜோதிடத்திலும் மிகத் தேர்ந்த விற்பன்னர். பல நூல்களை இவர் எழுதியிருக்கிறார்.

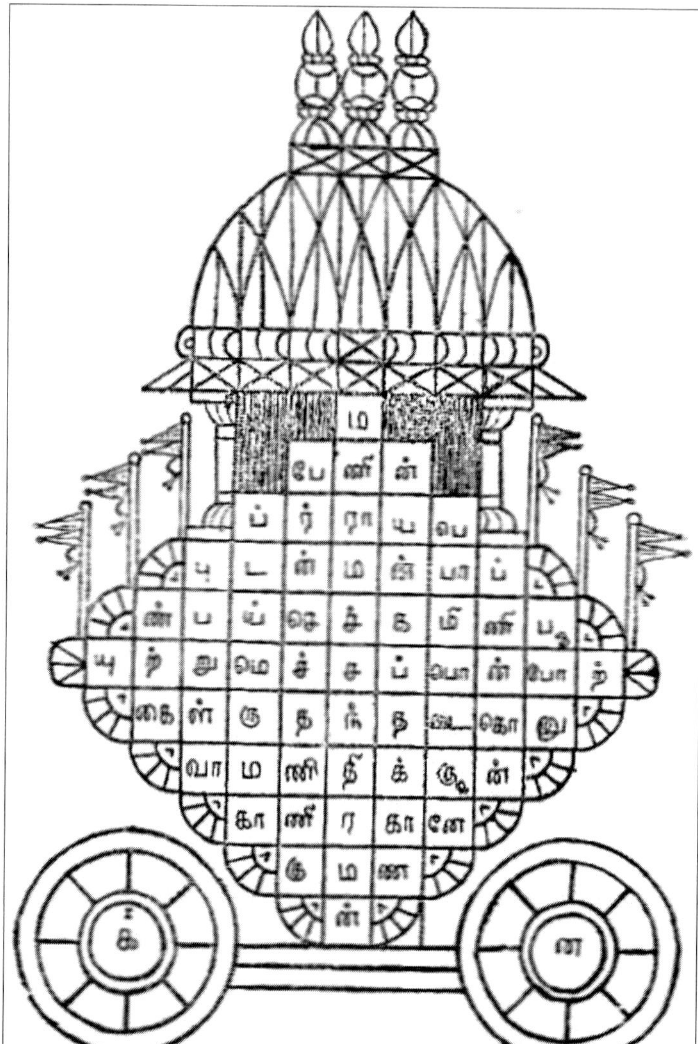

லிங்க பந்தம்

சிவலிங்க வடிவத்தில் சித்திரம் வரைந்து இறைவனைத் தொழுவது சிவலிங்க பந்தமாகும்.

கார்கொண்ட புண்ணியத்தால் காமதிப்பால் மங்களஞ்செய்
தார்மதியே றப்புனைந்த சாத்துகணயன் சீர்வஞ்சி

யன்னவனைப் பாகார்த்தா னாங்கருள்வான் மாவிடையோன்
தென்காசி யத்தனையே செப்பு

இதனை வாசிக்கும் முறை: சிவலிங்கத்தின் அடிப்புறத்திலிருந்து இடது பக்கத்தில் ஆரம்பித்துத் தொடர்ந்து வலம் இடம், இடம் வலம் என மாறி மாறிப் படித்து மேலேறி அங்கிருந்து நேர்கோட்டில் கீழிறங்கினால் செய்யுள் நிறைவடையும்.

எழுத்தெண்ணிப் பாடப்பட வேண்டிய செய்யுள் இது. சித்திரத்தில் அமைந்திருக்கும் எழுத்துக்கள் — 72. செய்யுளில் அமைந்திருப்பவை — 83.

இந்தச் செய்யுளை இயற்றியவர் யார் எனத் தெரியவில்லை. தென்காசி ஆலயத்தில் இது காணப்படுகிறது.

வேல் பந்தம்

வேலின் உச்சியிலிருந்து பாடலின் முதல் எழுத்து துவங்கி உள்ளுக்குள் இரண்டு சுற்றுச் சுற்றி நடுத் தண்டின் வழியே கீழிறங்கி முடிவது வேல் பந்தம் ஆகும்.

இதற்குச் சான்றாக வஞ்சி விருத்தத்தில் அமைந்த இந்தப் பாடலைப் பார்க்கலாம்.

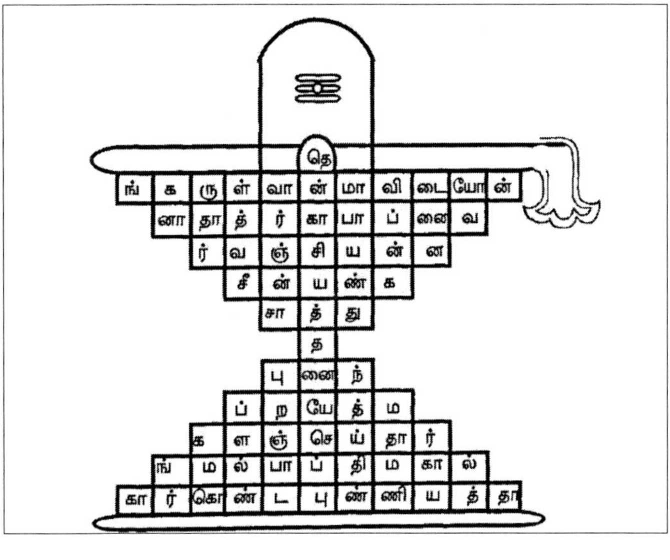

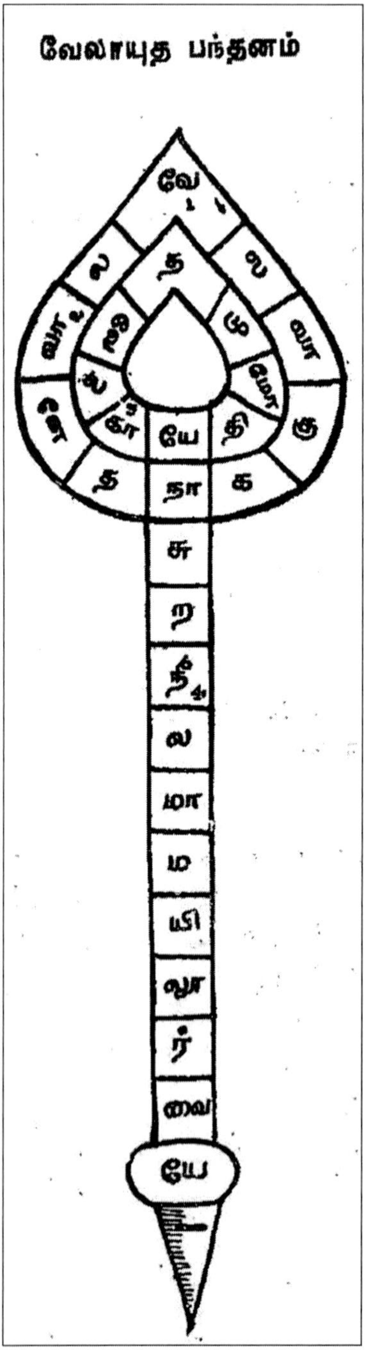

வேலவா குக நாதனே
வாலவே தமு மோதியே
காலவே தயே நாசுற
நீலமா மயி லூர்வையே

இதன் விளக்கம்:

வேதங்களை ஓதி உணர்த்திய வேலனே!

அசுரர்களை வென்றவனே!

நீல மாமயில் மீதேறி வந்து எம்மைக் காத்தருள்வாயாக.

பாடலில் உள்ள எழுத்துக்கள் — 33; சித்திரத்தில் 29 ஆக அமைந்துள்ளது.

இவை மட்டுமல்ல; இன்னும் மயில் பந்தம், தேள் பந்தம், சேவல் பந்தம், விளக்கு பந்தம், மலைப் பந்தம், சுழிகுளம், கோமூத்திரி, ஏக பாதம், முரச பந்தம், என்று பல நூற்றுக்கணக்கில் சித்திரக்கவிகள் உள்ளன.

இலந்தை சு.ராமசாமி, இராச. தியாகராசன், பேராசிரியர் எஸ்.பசுபதி, முனைவர் இரகமத் பீவி, முனைவர் அண்ணா கண்ணன், விவேக் பாரதி எனப் பலர் மிகச் சிறப்பாகத் தற்காலத்திலும் சித்திரக்கவிகளை எழுதி வருகின்றனர்.

சித்திரம் கைப்பழக்கம்
- ஔவை.

- 4 -

தமிழ் நாடகங்களில் தேசபக்தி

நாடகத் தோற்றம்

இயல், இசை, நாடகம் என்ற முத்தமிழில் மூன்றாவதாக இருந்தாலும் படித்தவர், பாமரர் என்றில்லாது எல்லோராலும் விரும்பப்பட்ட ஒரு கலை நாடகம். மனித சமூகத்தின் வாழ்க்கைக்கும், சமுதாய முன்னேற்றத்திற்கும், சீர்த்திருத்தத்திற்கும் அடிப்படையாக இருந்தது நாடகம் என்றால் மிகையில்லை. தமிழர்களின் வாழ்வில் பிரிக்க முடியாத ஓர் அங்கமாக நாடகம் இருந்தது என்பதற்கு முக்கிய சான்று தொல்காப்பியம். அது, ‘நாடக வழக்கினும் உலகியல் வழக்கினும் பாடல் சான்ற புலனெறி வழக்கம்’ என்று குறிப்பிடுகிறது. இதன் மூலம் தொல்காப்பியர் காலத்திற்கு முன்னமேயே ‘நாடகக் கலை’ நம்மிடையே இருந்திருக்கிறது என்பதை அறிய முடிகிறது.

நாடகத்தின் பொருள்

நாடு + அகம் என்பதே நாடகம். அதாவது அகம் (உள்ளம்) நாடும் கலையே நாடகம் எனப்படுகிறது. ஆரம்ப காலங்களில் போர் வெற்றிகளைக் குறித்து ஆடலும், பாடலுமாகக் கொண்டாடப்பட்டதே பின்னர் பெரு நாடகமாக விரிந்தது. நாடகத்திற்கு ‘கூத்து’ என்ற பெயரும் அக்காலத்தில் இருந்தது. தொல்காப்பியர் நாடக வடிவங்களைக் கூத்து, ஆடல் என்று பகுக்கிறார். வள்ளிக் கூத்து, அமலைக் கூத்து, துடிநிலை, முன்தேர்க்குரவை,

பின்தேர்க்குரவை, வெறியாடல், காந்தள் என்று பலவாறாக அவர் வகைப்படுத்தியிருக்கிறார். சங்க இலக்கியம் துவங்கி சிலப்பதிகாரம், மணிமேகலை, சீவகசிந்தாமணி, பெருங்கதை, கம்ப ராமாயணம் போன்ற காப்பியங்களில் 'நாடகம்' என்ற சொல் பல்வேறு இடங்களில் பயன்படுத்தப்பட்டிருக்கிறது. 'சிலம்பு' நாடக அரங்கு எப்படி இருக்க வேண்டும் என்பதில் ஆரம்பித்து நாடகம் குறித்த பல செய்திகளை விரித்துரைக்கிறது.

நாடக வளர்ச்சி

கல்வெட்டுச் செய்திகள் மூலமும் நாடகங்கள் அக்காலத்தில் நடத்தப்பட்டது குறித்து அறிந்துகொள்ள முடிகிறது. ராஜராஜ சோழனின் பெருமையைக் கூறும் 'இராசராசேசுவர நாடகம்' நடிக்கப்பட்டமையை தஞ்சை கல்வெட்டுச் செய்திகள் மூலம் அறிய முடிகிறது. திருவல்லிசுவரம், திருக்கழுக்குன்றம் போன்ற ஆலயங்களில் கிடைத்திருக்கும் கல்வெட்டுகளைக் கொண்டும் அக்காலத்தில் 'நாடகம்' என்பது செழிப்பான ஓர் நிகழ்த்துக் கலையாக இருந்திருக்கிறது என்பதையும், நாடகங்கள் கோயில்களில் நடத்தப்பட்டன என்பதையும் அறிந்துகொள்ள முடிகிறது. 13ம் நூற்றாண்டில் குறவஞ்சி, நொண்டி, பள்ளு முதலிய நாடக வகைகள் பெருகின. இவை 'சிற்றிலக்கியங்கள்' என்ற பிரிவில் வகைப்படுத்தப்பட்டன.

அக்கால நாடகங்களில் நடிப்பதோடு கூடவே பாடல்களுக்கும், இசைக்கும் மிகுந்த முக்கியத்துவம் கொடுக்கப்பட்டது.. ஆனால், அரசர்களின் அதிகாரம் கையைவிட்டுப் போன பின் நாடகக் கலை நலிவுற்றது. குறிப்பாக பொதுசகாப்தம் 18, 19ம் நூற்றாண்டுகளில் தமிழ் நாடகத்தின் நிலை மிகவும் இரங்கத்தக்கதாய் இருந்தது. ஆதரிப்பார் இல்லாமையால் 'கூத்து' ஆகச் சில இடங்களில் மட்டும் நிகழ்த்தப்பட்டது. தெருக்களில் நடத்தப்பட்டது 'தெருக் கூத்து' என அழைக்கப்பட்டது. 'நடிகர்' எனப் போற்றப்பட்டவர்கள் 'கூத்தாடிகள்' என அழைக்கப்பட்டனர்.

ஆனால், நிலைமை மெல்ல மெல்ல மாறியது. அருணாச்சலக் கவிராயரின் இராம நாடக கீர்த்தனை, இராமச்சந்திரக் கவிராயரின் பாரத விலாசம், கோபாலகிருஷ்ண

பாரதியாரின் நந்தனார் சரித்திரக் கீர்த்தனை போன்றவை நாடக வளர்ச்சிக்கு வித்திட்டன என்றாலும், 1875ல் பார்சி நாடகக் குழுவினர் மற்றும் மராட்டிய நாடகக் குழுவினர் வருகைக்குப் பின்னரே தமிழ் நாடகங்கள் ஏற்றம் பெற்றன. இசையும், பாடல்களும் சற்றே குறைந்து வசனத்திற்கும் முக்கியத்துவம் கொடுக்கப்பட்டது.

சங்கரதாஸ் சுவாமிகள்

நாடகக் கலையின் பரிணாம வளர்ச்சிக்கு ஆரம்ப வித்திட்டவர். தவத்திரு சங்கரதாஸ் சுவாமிகள். இவர் ஒரு நாடகம் எப்படி இருக்க வேண்டும் என்பதற்கான விதிமுறைகளை வகுத்துத் தந்தார். அவர் வகுத்த முறையே அக்கால நாடகங்களின் அடிப்படையாய் அமைந்தது. அதனால் சுவாமிகள், தமிழ் நாடகத் தலைமையாசிரியர் என்று அழைக்கப்பட்டார். ஹரிச்சந்திரா, அல்லி அர்ஜுனா, குலேபகாவலி, கோவலன் சரித்திரம், சதி அனுசுயா, சதி சுலோசனா, சத்தியவான் சாவித்திரி, பிரஹலாதன் சரித்திரம் பிரபுலிங்கலீலை, மணிமேகலை, வள்ளிதிருமணம், வீரஅபிமன்யு, லவகுசா, லலிதாங்கி, வீரபாண்டிய கட்டபொம்மன், மதுரை வீரன், நளதமயந்தி என பல நாடகங்களை இவர் மேடையேற்றியிருக்கிறார்.

பம்மல் சம்பந்த முதலியார்

இவரைத் தொடர்ந்து பம்மல் சம்பந்த முதலியாரும் நாடகங்களின் வளர்ச்சிக்கு முக்கிய காரணமாய் அமைந்தார். நாடகம் என்றால் தெருக்கூத்து; கிராமத்து மக்கள் மட்டுமே காண்பது என்ற வழக்கத்தை மாற்றி, நகரங்களில், சிறந்த மேடைகளில் பல நாடகங்களை நடத்திக் காட்டினார். 1891ல் இவர் உருவாக்கிய ‘சுகுண விலாச சபை’ என்பதே தமிழின் முதல் நாடகக்குழு எனலாம். தீரர் சத்தியமூர்த்தி, எம்.கந்தசாமி முதலியார், ஆர்.கே. ஷண்முகம் செட்டியார் எனப் பல பிரபலங்கள் இவர் நாடகங்களில் நடித்துள்ளனர். தமிழ் நாடகத்தை மேனாட்டு நாடகங்களுக்கு நிகராக மாற்றியவர் என்ற பெருமை இவருக்கு உண்டு. அதனாலேயே இவர் தமிழ் நாடகத்தின் தந்தை என்று போற்றப்படுகிறார்.

சங்கரதாஸ் சுவாமிகள்

பம்மல் சம்பந்த முதலியார்

டி.கே.சண்முகம்

எஸ்.ஜி.கிட்டப்பா

வி.சபாபதி பிள்ளை

எஸ்.வி.சகஸ்ரநாமம்

டி.கே.சங்கரன்

டி.கே.சண்முகம்

எம்.கந்தசாமி முதலியார்

நவாப் ராஜமாணிக்கம் பிள்ளை

பாலாமணியம்மாள்

டி.ஏ.ஜெயலட்சுமி

கே.பி.சுந்தராம்பாள்

விஸ்வநாத தாஸ்

பாஸ்கர தாஸ்

நடிப்பதற்கு மட்டுமல்லாமல் படிப்பதற்கும் அக்காலத்தில் நாடகங்கள் எழுதப்பட்டன. சுந்தரம்பிள்ளையின் மனோன்மணீயம், வி.கோ. சூரியநாராயண சாஸ்திரியின் 'ரூபவதி', 'கலாவதி', 'மான விஜயம்', 'மதிவாணன்' போன்ற நாடகங்கள் நடிப்பதற்கு மட்டுமல்லாமல், படிப்பதற்கும் சுவையான ஒன்றாக இருந்தன. பிற்காலத்தில் இவற்றை அடிப்படையாகக் கொண்டு பலரும் நாடகங்கள் எழுதத் தலைப்பட்டனர். துப்பறியும் நாடகங்களும் எழுதப்பட்டன.

தேசபக்தி நாடகங்கள்

ஆரம்பத்தில் நாடகங்கள் இதிகாச, புராணக் கதைகளையே மையமாகக் கொண்டிருந்தன. வள்ளி திருமணம், பவளக்கொடி, நளாயினி, அரிச்சந்திர மயான காண்டம், அல்லி அர்ஜுனா என புராணக் கதை அம்சமுள்ள நாடகங்களே நடிக்கப்பட்டன. நாட்டில் சுதந்திர உணர்ச்சி பரவிய போது இதே நாடகங்கள் சுதந்திரக் கனலை விசிறி விடுவதாகவும், மக்களிடையே போராட்டக் கருத்துக்களைத் தூண்டி விடும் கலையாகவும் அமைந்தன.

விஸ்வநாததாஸ்

இவ்வகை தேசபக்தி நாடகங்களில் முன்னோடியாக இருந்தவர் விஸ்வநாததாஸ். 1886ல் பிறந்த தாஸ் இளம்

வயதிலேயே நல்ல குரல்வளம் மிக்கவராகத் திகழ்ந்தார். கலை ஆர்வத்தால் நாடகக் குழுக்களில் சேர்ந்து நடிக்க ஆரம்பித்தார். வள்ளி திருமணம், பவளக்கொடி வகை நாடகங்களிலேயே அவர் நடித்து வந்தார்.

ஒரு சமயம் தூத்துக்குடிக்கு வந்திருந்த மகாத்மா காந்தியின் முன் விஸ்வநாத தாஸ் பாட வேண்டி வந்தது. உணர்ச்சி பொங்க அவர் பாடியதைக் கேட்ட காந்தி மகிழ்ந்து விஸ்வநாத தாஸைப் போன்றவர்கள் சுதந்திரப் போராட்டத்தில் பங்கு பெற வேண்டும் என்று அழைப்பு விடுத்தார். அந்த அழைப்பு விஸ்வநாத தாஸ் வாழ்க்கையின் திருப்புமுனை ஆனது. அதுவரை நாடகங்களில் பக்திப் பாடல்களை மட்டுமே பாடி வந்தவர் தேசபக்திப் பாடல்களை, சுதந்திரக் கனல் ஊட்டும் பாடல்களைப் பாட ஆரம்பித்தார். ஆடம்பர உடைகளை அணிந்தவர் எல்லாவற்றையும் துறந்து வெண்ணிறக் கதர் ஆடைகளை அணிய ஆரம்பித்தார். கதர் இயக்கத்தை ஆதரித்து இவர் பாடிய 'கதர் கப்பல் தோணுதே' பாடல் மக்களால் பெரிதும் விரும்பப்பட்டது. வெள்ளையர்களை எதிர்த்து இவர் பாடிய 'வெள்ளைக்கொக்கு பறக்குதடி பாப்பா' அக்காலத்தில் மிகப் பிரபலமான ஒன்று. தனது நாடகங்கள் எல்லாவற்றிலும் இப்பாடல்களைப் பாடி மக்களிடையே சுதந்திரக் கனலை மூட்டினார் விஸ்வநாத தாஸ்.

இதனால் இவர் கைது செய்யப்பட்டதும், இவரது நாடகங்களுக்கு பிரிட்டிஷ் அரசால் தடை விதிக்கப்பட்ட சம்பவங்களும் நிகழ்ந்திருக்கிறது. ஒத்துழையாமை இயக்கத்தில் ஈடுபட்டு சிறை சென்றார். 1940ம் ஆண்டில், தனது 54ம் வயதில், முருகன் வேடத்தில் நடித்துக் கொண்டிருக்கும்போது மேடையிலேயே உயிர்நீத்தார். தியாகி விஸ்வநாத தாஸ் என்று இவர் போற்றப்படுகிறார்.

மதுரகவி பாஸ்கரதாஸ்

நாடக உலகில் மற்றோரு குறிப்பிடத்தக்க ஆளுமை மதுரகவி பாஸ்கரதாஸ். ராமநாதபுரம் மன்னர் பாஸ்கர சேதுபதியின் அவைக்கவிஞராகத் திகழ்ந்த பெருமைக்குரிய இவர் தமிழ்த் திரையுலகின் முதல் பாடலாசிரியரும் கூட. தமிழ்த் திரையுலகின் முதல் பேசும் படமான காளிதாஸின் அனைத்துப் பாடல்களையும் எழுதியவர்

இவர்தான். பல நாடகங்களுக்குக் கதை, வசனம், பாடல்கள் எழுதி மேடையில் நடித்து வந்தார். சுதந்திரப் போராட்டம் இவரையும் ஈர்த்தது. காந்தியவாதி ஆனார். மேடைப் பாடல்களில் கதர்ப் பிரச்சாரம், தேச விடுதலை, அந்நிய ஆட்சி எதிர்ப்பு, சுதேசிப் பொருட்கள் ஆதரவு என்றெல்லாம் பல பாடல்களைப் பாடியதால் அடிக்கடி கைது செய்யப்பட்டார்.

இம்மாதிரி தேசபக்தியை ஊட்டும் பாடல்களை மேடையில் பாடியதற்காக சுமார் 30 முறைக்கு மேல் சிறை சென்றவர் பாஸ்கரதாஸ். விடுதலைப் போரில் மக்கள் ஆர்வமுடன் பங்கேற்க இவரது பாடல்கள் பெரிதும் உதவின.

இவர் மட்டுமல்ல; இன்னும், அனந்த நாராயண ஐயர், பைரவ சுந்தரம் பிள்ளை , வேலு நாயர், கே.எஸ். செல்லப்பா, எஸ்.ஜி. கிட்டப்பா, எம்.எம். சிதம்பரநாதன், வி.சபாபதிப் பிள்ளை, எம்.ஜி. நடராஜப் பிள்ளை போன்ற தேச பக்த நடிகர்கள் தாங்கள் பேசிய வசனங்களாலும் பாடல்களாலும் லோகமான்ய திலகர், மகாத்மா காந்தி போன்றோர் முன்னின்று நடத்திய சுதந்திரப் போராட்ட இயக்கத்தின் லட்சியத்தை மக்களிடையே பரப்பினர். தேசிய விடுதலை உணர்ச்சிகளைத் தூண்டினர்

சமூக நாடகங்கள்

கால மாற்றத்தால் புராண நாடகங்களுக்கு மாற்றாக சமூக நாடகங்கள் நடிக்கப்பெற்றன. பிரதாப சந்திர விலாசம், டம்பாசாரி விலாசம், தாசில்தார் நாடகம் போன்றவை நடிக்கப் பெற்றன. சமூக நாடகங்களுக்கு மக்கள் வரவேற்பு அதிகரிக்க ஆரம்பித்தது. மதுவிலக்கு, கைம்பெண் மறுமணம், பால்ய விவாகக் கண்டனம், வரதட்சணை ஒழிப்பு, பெண் கல்வியின் தேவை போன்ற சமூக சீர்திருத்தக் கருத்துக்களும், தேசபக்திக் கருத்துக்களும் நாடகங்களில் இடம் பெற ஆரம்பித்தன. 1922ல் அன்னியப் பொருட்களை எதிர்த்து காந்தி 'கதர் இயக்கம்' ஆரம்பித்தபோது, 'கதரின் வெற்றி' என்றொரு தேசபக்தி நாடகத்தை டி கே. சண்முகம் தயாரித்தார். அந்த நாடகத்தின் மூலம் நாட்டு மக்களிடையே விடுதலை உணர்ச்சியைத் தூண்டினார். கதரின் பெருமையை விளக்கிய அந்த நாடகம்தான் தமிழ்நாட்டில் முதன்முதல்

நடத்தப்பட்ட தேசிய சமூக நாடகமாகும். அந்த நாடகத்தில் நடித்த அனைவருமே கதராடை உடுத்தியே நடித்தார்கள்.

ஜரிகை வேட்டிகளை, பட்டுக்களை உடுத்தி நாடகம் பார்க்க வந்தவர்கள் நாடகத்தால் தூண்டப்பட்டு நாடகம் நடந்து கொண்டிருக்கும்போதே மேடையேறி, ‘எனக்கும் ஒரு கதர் வேஷ்டி தாருங்கள். இந்த அந்நிய ஆடையை இங்கேயே கொளுத்தி விடுகிறேன்’ என்று சொல்லி மேடையிலேயே கொளுத்திய நிகழ்வுகளும் நடந்திருக்கின்றன. அந்த அளவுக்கு மக்களிடையே உணர்ச்சியைத் தூண்டிவிட்ட நாடகம் ‘கதர் பக்தி’ அதனை மேடையேற்றியவர் தெ.பொ. கிருஷ்ணசாமிப் பாவலர்.

1931—ல் வங்கத்துச் சிங்கம் சுதந்திரப் போராட்ட வீரர் பகத்சிங்கைக் கதாநாயகனாக வைத்து ‘தேசபக்தி’ என்ற நாடகத்தை அரங்கேற்றினார் டி கே. சண்முகம். அந்த நாடகத்தில் பாடப்பட்ட பாடல்கள் மக்களிடையே தீராத விடுதலை வேட்கையைத் தூண்டிவிட்டன. இந்த இரு நாடகங்களும் பின்னர் ஆங்கிலேய அரசால் தடை செய்யப்பட்டன என்பதிலிருந்து நாடகங்களுக்கு இருந்த செல்வாக்கை உணர்ந்து கொள்ளலாம்.

சி.கன்னையா நாயுடு, எம்.கந்தசாமி முதலியார், பாலாமணி அம்மாள், கே.பி.சுந்தராம்பாள், நவாப் ராஜமாணிக்கம் பிள்ளை, டி.கே.எஸ். சகோதரர்கள் எனப் பலர் நாடகங்களுக்கு குறிப்பிடத்தக்க பங்காற்றியுள்ளனர். நாடகங்கள் பின்னர் திரைப்படமாகவும் எடுக்கப்பட்டன.

இன்றைக்கு நாடகங்கள் ஒரு விதத்தில் திரைப்படமாகவும், குறும்படமாகவும் வளர்ந்து மறுபுறம் ஸ்டேஜ் ட்ராமாவாக, நவீன நாடகங்களாகப் பரிணாம வளர்ச்சி அடைந்திருக்கின்றன. தொலைக்காட்சி நாடகங்களாக, சீரியலாக வளர்ந்து இன்றைக்கு ‘வெப் சீரிஸ்’களாக உருமாற்றம் பெற்றிருக்கின்றன. உலகெங்கிலும் நாடகங்கள் பல இடங்களில் தொடர்ந்து நடத்தப்பட்டு வருவதிலிருந்தே நாடகங்களுக்கான வரவேற்பு இன்றைக்கும் இருக்கிறது என்பதை உணர்ந்து கொள்ளலாம்.

●

- 5 -

நாடக, சினிமா ராணிகள்

‘தென்னிந்திய நாடக சங்கீத ராணி’, ‘ஆர்மோனியச் சக்கரவர்த்தினி’, ‘கோகில கான வாணி’ என்று போற்றப்பட்டவர் கீழ்காணும் படத்தில் முதலில் இருக்கும் பி.எஸ். ரத்னா பாய். ‘ஆர்மோனியச் சக்கரவர்த்தினி’ என்ற பட்டத்தின் மூலம் அவர் எந்த அளவுக்குத் இசையில், ஆர்மோனியம் வாசிப்பதில் திறமை பெற்றவராக இருந்திருப்பார் என்பதை அறிந்து கொள்ளலாம். ஆண்கள் கோலோச்சிய அந்தத் துறையில் முதல் பெண் ரத்னா பாய். இவரது குரலும் இனிமையாக இருந்ததால்தான் ‘கோகில கான வாணி’ என்று போற்றப்பட்டிருக்கிறார். ‘தென்னிந்திய நாடக சங்கீத ராணி’ என்ற பெயர் அவ்வளவு எளிதில் கிடைத்திருக்குமா என்ன? ‘சங்கீத திலகம்’ என்று போற்றப்பட்டிருக்கிறார் இரண்டாவதாக இருக்கும் சரஸ்வதி பாய். நாடக மேடையை அந்தக் காலத்தில் ஒரு கலக்கு கலக்கிய இவர்கள் இருவரும் சகோதரிகள்.

‘பாய்’ என்று பெயரில் இருந்தாலும் இவர்கள் நெல்லை மாவட்டம் பாளையங்கோட்டையைச் சேர்ந்தவர்கள். திருவிதாங்கூர் சகோதரிகளாக லலிதா, பத்மினி, ராகினி பிற்காலத்தில் புகழடைவதற்கு முன்னால் ‘பாளையங்கோட்டை சகோதரிகள்’ என்று புகழப்பட்டவர்கள் இவர்கள் இருவரும். நிறைய கிராமபோன் தட்டுக்கள் இவர்கள் பாடி அக்காலத்தில் வெளியாகியுள்ளன.

நாடக வெற்றியால் இவர்கள் சினிமாவுக்கு வந்தனர். பிரபல கர்நாடக சங்கீத வித்வான் ஜி.என்.பாலசுப்பிரமணியம் முதன் முதலில் அறிமுகமான படம் பாமா விஜயம் (1934) மகாராஜபுரம் விஸ்வநாத ஐயரின் சகோதரர் எம்.ஆர்.கிருஷ்ணமூர்த்தி கதாநாயகன் கிருஷ்ணனாக நடித்திருந்தார். ஜி.என்.பி.க்கு. நாரதர் வேடம். இதில் பாமா மற்றும் ருக்மணியாக நடித்தவர்கள்தான் பி.எஸ்.. ரத்னா பாய் — பி.எஸ். சரஸ்வதி பாய்.

பாமா விஜயத்தின் சிறப்பு அல்லது முரண் துவாபரயுகத்துக் கிருஷ்ணன், கலியுகத்தில், பதினெட்டாம் நூற்றாண்டில் தோன்றிய தியாகராஜ சுவாமிகளின் கீர்த்தனையைப் பாடுவது. மற்றொரு சிறப்பு தேசியகீதம் முதன் முதலில் ஒலித்த தமிழ்ப்படம் 'பாமா விஜயம்'தான். படத்தின் இறுதிக் காட்சியில் கிருஷ்ணன், பாமா, ருக்மணி, நாரதர் எல்லாரும் 'ஜன கண மன' பாடலைப் பாடுகிறார்கள். இந்தப் படத்தில் மொத்தம் 60 பாடல்கள் என்பது குறிப்பிடத்தக்கது.

படத்துக்கு இசை: எம்.கே. தியாகராஜ பாகவதர். இவர் நடிகர் எம்.கே.டி. அல்ல. மாயவரம் கந்தசாமி தியாகராஜ

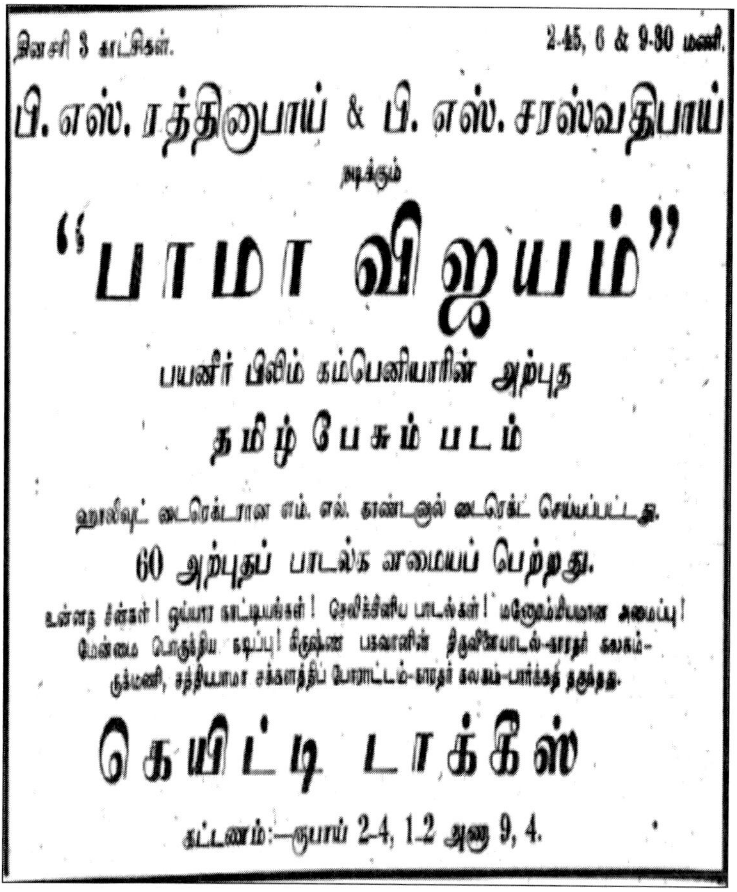

பாகவதர் என்று அழைக்கப்பட்டிருக்கும் இவர் அக்காலத்தின் சிறந்த இசைக் கலைஞர்களுள் ஒருவர். அதனால்தான் 'பாகவதர்' என்ற பட்டம். 'ரஞ்சித மோகன கவி' என்று போற்றப்பட்டவர்.

வடமொழியில் ஹர்ஷரால் எழுதப்பட்ட நாடகம் ரத்னாவளி. இதனைத் தமிழில் நாடகமாக எழுதியிருந்தார் பம்மல் சம்பந்த முதலியார். அது நாடகமாக நடத்தப்பட்டு பரவலான வரவேற்பைப் பெற்றதால் அதனைப் படமாக்க முன் வந்தார் ஏவி.மெய்யப்பச் செட்டியார். அவர் தனது 'சரஸ்வதி டாக்கீஸ்' மூலம் தயாரித்த ரத்னாவளி (1935) படத்திலும் இவர்கள்தான் கதாநாயகிகள். இப்படத்திலும்

CHELLAM TALKIES

DUMBACHARI or IDEAL WIFE

THE

FIRST SOCIAL TAMIL TALKIE

PIONEER'S MAGNIFICENT PRODUCTION

COPYRIGHT RESERVED

டம்பாச்சாரி

OR

"உத்தம மனைவி"

கதா பாத்திரங்கள்.

[illegible]

மிஸ். P. S. ரத்னபாய்—குணபூஷணி.

[illegible]

மிஸ். P. S. சரஸ்வதிபாய்—மதனசுந்தரி.

[illegible]

மிஸ்டர். C. S. சாமண்ணா—

நிகரற்ற 7 வேடங்களில் தோன்றுவார்

[illegible]

மிஸ்டர். M. R. கிருஷ்ணமூர்த்தி—
டம்பாச்சாரி.

[illegible]

M. S. ராகவம், M. S. முருகேசம்—

விதூஷகர்கள்

[illegible]

மிஸ். ராகினிதேவி—நடனம்.

சென்னை. Mr. ரங்கசாமி நாயகர்—ஆர்மோனியம்.

[illegible]

[illegible] Mr. K. V. நாயுடு—தபேலா.

[illegible]

Mr. M. L. டாண்டன்
(of HOLLYWOOD)

எம்.ஆர்.கிருஷ்ணமூர்த்திதான் கதாநாயகன். இப்படத்தில் கதாநாயகியின் தோழி காஞ்சனமாலையாக அறிமுகமானவர்தான் டி.ஏ.மதுரம். 'தென்னாட்டுச் சார்லி சாப்ளின்' என்று போற்றப்பட்ட சி.எஸ். சாமண்ணா இந்தப் படத்தில் நகைச்சுவை வேடமேற்றிருந்தார். பாடல்கள்: பாபநாசம் சிவன். இயக்கம்: பிரஃபுல்லா கோஸ்.

டம்பாச்சாரி

நாடக—சினிமா ராணிகளாகப் போற்றப்பட்ட பி எஸ் ரத்னாபாய், பி.எஸ்.சரஸ்வதிபாய் சகோதரிகள் 'டம்பாச்சாரி' (1935) படத்திலும் நடித்துள்ளனர். 'டம்பாச்சாரி' என்ற இத்திரைப்படம் தமிழின் முதல் சமூகத் திரைப்படம் என்று விளம்பரம் செய்யப்பட்டுள்ளது. தமிழின் இரண்டாவது பேசும் படமும் இதுதான். 'டம்பாச்சாரி' என்ற பெயரில் வெளிவந்த நாடகத்தின் திரை வடிவம்தான் இப்படம்.

கதாநாயகன் எம்.ஆர்.கிருஷ்ணமூர்த்தி, பிரபல சங்கீத வித்வான் மஹாராஜபுரம் விஸ்வநாதய்யரின் சகோதரர். ஆனால், கதாநாயகனான அவர் நகைச்சுவை வேடத்தில் நடித்த சாமண்ணாவின் பெயருக்குப் பின்னால்தான் வருகிறார். கதாநாயகி ரத்னாபாய். படத்தின் விளம்பரத்தில் நாயகிக்கே முன்னுரிமை. காரணம், அவர், அக்காலத்தில் எம்.ஆர்.கிருஷ்ணமூர்த்தியைவிட மிகப் பிரபலம். இப்படத்தில் நகைச்சுவை வேடத்தில் நடித்தவர் 'சி.எஸ்.சாமண்னா. இவர், 'இந்தியன் சார்லி' என்று போற்றப்பட்டவர். அந்த அளவுக்கு இங்கே 'சார்லி சாப்ளின்' புகழ் பரவியிருந்திருக்கிறது. அதுவும் அந்தக் காலத்திலேயே 7 வேடங்களில் தோன்றியிருக்கிறார் சாமண்ணா. (ஔவை ஷண்முகமோ தனது நாடக நூலில் 11 வேடங்கள் என்று குறிப்பிட்டிருக்கிறார்.) அந்த வகையில் பல வேடங்களில் நடித்த முதல் நடிகர் இவர்தான். இயக்கம்: எம்.எல்.டாண்டன். ஹாலிவுட்டின் புகழ்பெற்ற இயக்குநர் இவர்.எல்லீஸ் ஆர். டங்கனின் குரு மற்றும் நண்பர்.

படத்தின் தலைப்பு 'டம்பாச்சாரி' (அ) உத்தம மனைவி என்று இருந்தாலும் கதாநாயகியே முன்னிலைப்படுத்தப்ப

ட்டிருக்கிறார். அதுவும் ஆர்மோனியச் சக்ரவர்த்தினி என்று புகழப்பெற்றிருக்கிறார். ஆக, அக்காலத்தில் பெண்களும் ஆர்மோனியத்தில் சிறந்து விளங்கியிருக்கின்றனர் என்பதை இவ்விளம்பரத்தின் மூலம் அறிந்துகொள்ளலாம்.

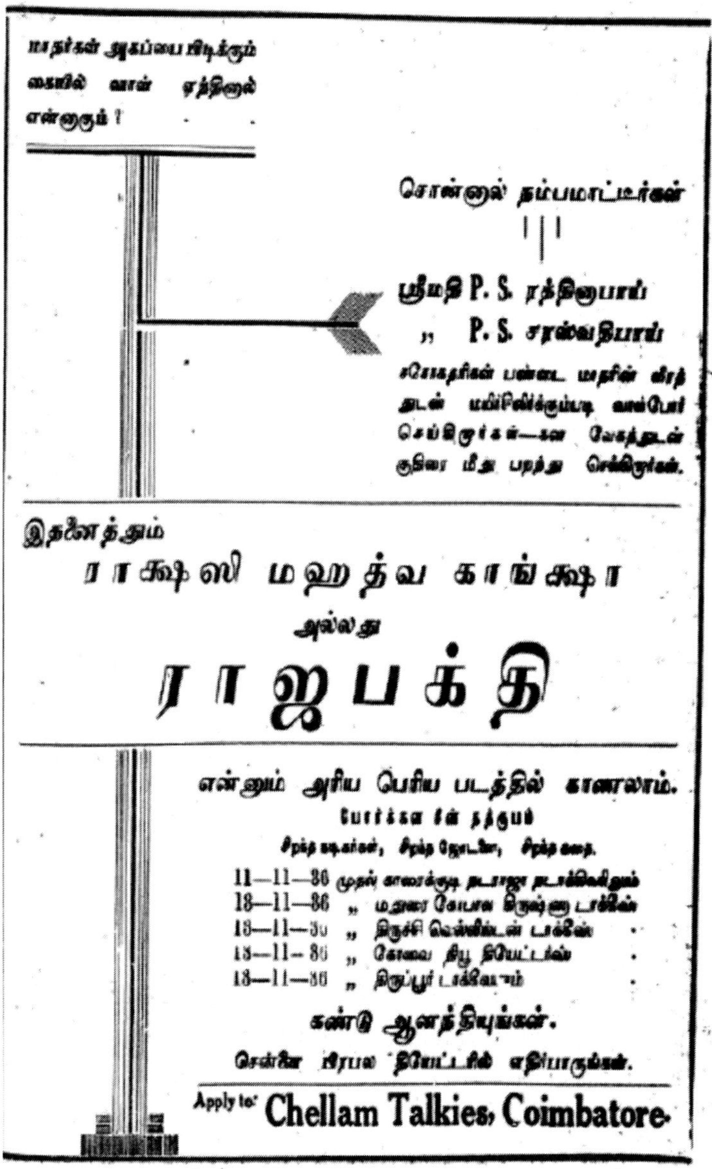

இந்தப் படத்திற்கு விளம்பரம் செய்யப்பட்ட போது 'பிட் நோட்டீஸ்'களை விமானத்தில் இருந்து வீசி எறிந்தார்களாம். அந்தக் காலத்திலேயே இப்படி எல்லாம் சிந்தித்திருக்கிறார்கள் என்பது வியப்பைத் தருகிறது.

இச்சகோதரிகள் இருவரும் ஆண்களுக்கு நிகராகக் கத்திச் சண்டை, வாள் சண்டை போட்டிருக்கிறார்கள். குதிரையேற்றம் செய்திருக்கிறார்கள். சண்டையிட்டிருக் கிறார்கள் என்பதை அறியும்போது வியக்காமல் இருக்க முடியவில்லை.

அந்தக் காலத்து பெண் சூப்பர் ஸ்டார்களான ரத்னாபாய், சரஸ்வதிபாய் சகோதரிகள் பிற்காலத்தில் என்ன ஆனார்கள் என்பது பற்றிய குறிப்புகள் கிடைக்கவில்லை. மேற்கண்ட படங்களின் பிரதியும் தற்போது கிடைக்கப் பெறவில்லை.

(குறிப்பு: இந்த சரஸ்வதி பாய் வேறு. ஹரிகதா கலைஞர் சரஸ்வதி பாய் வேறு)

●

- 6 -

இலக்கியம் வளர்த்த முன்னோடி இதழ்கள் (1887-1947)

அச்சகங்களும் இதழ்களும்

தமிழ் இலக்கியப் பரப்பில் உரைநடை என்பது பத்தொன்பதாம் நூற்றாண்டில்தான் வேர்விட்டது எனலாம். அச்சியந்திரங்கள் உருவான பிறகுதான் எல்லா நாடுகளிலும் பத்திரிகைகள் வெளிவரத் தொடங்கின. தமிழ்நாட்டிலும் அச்சியந்திரங்கள் அதிகமாக நிறுவப்பட்ட பத்தொன்பதாம் நூற்றாண்டு முதல் தின, வார இதழ்கள் வெளியாக ஆரம்பித்தன.

முதன் முதலாகத் தமிழில் இதழ்களைத் தொடங்கி நடத்தியவர்கள் கிறித்தவப் பாதிரிமார்களே. சென்ற நூற்றாண்டின் தொடக்கத்தில் அச்சுக் கூடங்களை வைக்கும் உரிமை ஐரோப்பியப் பாதிரியார்களுக்கும் பிரிட்டிஷ் அரசாங்கத்தாருக்கும் மட்டுமே இருந்தது. இந்தியர்களுக்கு அந்த உரிமை அளிக்கப்படவில்லை. சமயம் வளர்ப்பதற்காகப் பல அச்சுக்கூடங்களை நிர்மாணித்த பாதிரிமார்கள், அதற்காகத் தமிழிலும் சில இதழ்களை அச்சிட்டு வெளியிட்டனர். ஜூப்ளி அச்சுக்கூடம், ரிப்பன் பிரஸ் போன்ற பல அச்சுக்கூடங்கள் கிறித்துவர்களுடையதாகவும், கிறித்துவப் பாதிரியார்களுடையதாகவும் இருந்தன. அவற்றின் மூலமே பல இதழ்கள், நூல்கள் அக்காலத்தில் வெளியாகின.

1831ல் 'தமிழ்ப்பத்திரிகை' என்ற பெயரிலேயே ஒரு மாத இதழ் வெளிவந்தது. 1856ல், பெர்சிவல் பாதிரியார் 'தினவர்த்தமானி' என்ற வார இதழைத் தொடங்கி நடத்தினார்.

பிரிட்டிஷ் அரசு இந்தியர்களுக்கு அச்சகம் வைத்துக் கொள்ள அனுமதி அளித்த பிறகே தமிழில் அதிகம் இதழ்கள் வெளிவர ஆரம்பித்தன. படைப்பிலக்கிய வளர்ச்சிக்கு அடித்தளமிட்ட சில தமிழ் இதழ்களைப் பற்றிக் காண்போம்.

விவேகசுந்தரம் (1877)

1877ல் தொடங்கி வெளிவந்த மாத இதழ் இது. 'ஆத்ம போதன ரஞ்சனி சீரிஸ் – 1' என்ற தலைப்பில் வெளியிடப்பட்ட இந்த இதழின் ஆசிரியர் எஸ். நமசிவாய செட்டி. வெளியீட்டாளரும் அவரே!. 'ஜனோபகாரமாகப் பலருக்கும் பயன்படும்படி பிரசுரம் செய்யப்பட்டது' என்கிறது இதழின் முகப்பு அட்டை. விலை: மூன்று பைசா. பக்கங்கள்: 12. சென்னை ரிப்பன் பிரஸ் அச்சக்கத்தில் இந்த இதழ் அச்சிடப்பட்டிருக்கிறது.

சிறு சிறு கதைகள், கட்டுரைகள், பெண் கல்வி, பெண் திருமணம், கற்பு, நீதி, மருத்துவ ஆலோசனைகள், சுகாதாரம், குழந்தைகளுக்கான அறிவுரைகள், பாலர்களுக்கான கதைகள் போன்றவை இவ்விதழில் இடம் பெற்றிருக்கின்றன. பல சிறுகதைகளில் எழுதியவரின் பெயர் இல்லை. நீதிபோதனையாகவும், சம்பவ விவரிப்பாகவும் இருக்கும் இவற்றைச் சிறுகதைகளுக்கான ஆரம்ப கால முயற்சிகள் என்று மட்டுமே மதிப்பிடலாம். எவ்வளவு வருடங்கள் இந்த இதழ் வெளிவந்தது என்ற தகவல்கள் கிடைக்கவில்லை.

சுதேசமித்திரன் (1882)

1882ல் வார இதழாகத் துவங்கப்பட்டது இவ்விதழ். இதன் நிறுவனராகவும் ஆசிரியராகவும் இருந்தவர் ஜி. சுப்பிரமணிய ஐயர். இவர் சிறந்த தேசபக்தர். தேச வளர்ச்சி தொடர்பாகவும், விடுதலை தொடர்பாகவும் தொடர்ந்து பல செய்திகளை வெளியிட்டு வந்தார். சி.வி. சுவாமிநாதையர் இதன் ஆசிரியராகச் சேர்ந்ததும் இதழ்

Uthama Bodha Ranjini Series. No. 1.

உ

சுபமஸ்து.

No. 2.   நெ. உ.

விவேகசுந்தரம்.

இஃது

ஜனோபகாரமாகப் பலருக்கும் பயன்படும்படி

பிரசுரம் செய்யப்பட்டது.

VIVÉGASUNDARUM.

A Tamil Pamphlet published for the use of the Public.

MADRAS.

PRINTED AT THE MADRAS RIPON PRESS,

316 Thumbu Chetti Street.

1887.

PRICE 3 PIES.]   [விலை பை மூன்று.

மேலும் பொலிவு பெற்றது. கதை, கட்டுரை போன்றவை இடம்பெற்று இதழின் விற்பனை உயர்ந்தது. பின் சுவாமிநாதையர் விலகி 'விவேக சிந்தாமணி' இதழைத் தோற்றுவித்தார் என்றாலும் 'சுதேசமித்திரன்' தனது பயணத்தை வெற்றிகரமாகத் தொடர்ந்துகொண்டிருந்தது. மித்திரனின் வெற்றி தொடர்ந்து மாத்வ மித்திரன், ஷத்திரிய மித்ரன், செங்குந்தமித்ரன், யாதவ மித்ரன் என்று பல இதழ்கள் வெளிவருவதற்குக் காரணமானது.

1904ல் பாரதி இவ்விதழின் உதவி ஆசிரியராகச் சேர்ந்தார். குறிப்பிடத்தக்க பல கவிதை, கட்டுரைகளை இவ்விதழில் எழுதினார். இரண்டு ஆண்டுகளுக்குப் பின் ஆசிரியருடன் எழுந்த சிறு கருத்துவேறுபாட்டால் பாரதி இவ்விதழிலிருந்து விலகினார். என்றாலும் இதழ் வெற்றிகரமாகத் தொடர்ந்தது.

1915ல் சுப்பிரமணிய ஐயருக்கு உடல்நலம் குன்றியது. அதனால் இதழை தஞ்சையில் வக்கீலாகப் பணியாற்றி வந்த ஏ.ரங்கசாமி ஐயங்காரிடம் ஒப்படைத்தார். ரங்கசாமி ஐயங்கார் ஹிந்துவின் நிறுவனரான எஸ்.கஸ்தூரிரங்க ஐயங்காரின் மருமகன். ஹிந்துவில் மேலாளராகப் பணியாற்றி நல்ல அனுபவம் பெற்றவர். அந்த அனுபவம், அவருக்கு மித்திரன் ஆசிரியர் ஆனதும் கை கொடுத்தது. இதழ் மேலும் பொலிவு பெற்றது.

ரங்கசாமி ஐயங்கார் பாரதியின் மீது பெரு மதிப்புக் கொண்டவர். அக்காலக் கட்டத்தில் புதுச்சேரியில் வசித்து வந்த பாரதியை தொடர்ந்து மித்திரனுக்கு எழுத வேண்டினார். பாரதியின் புகழ் பெற்ற 'தராசு'க் கட்டுரைகள் அவ்வ்விதழில் வெளியானவையே. புதுச்சேரியில் இருந்து பிரிட்டிஷ் இந்தியாவிற்கு வந்த பாரதி கைது செய்யப்பட்டு, அரசியல் நடவடிக்கைகளில் ஈடுபடுவதில்லை என்ற உறுதிமொழிக்கு பின் விடுவிக்கப்பட்டார். சில காலம் கடையத்தில் சென்று வசித்தார். பாரதியை சுதேசமித்திரனில் சேருமாறு ரங்கசாமி ஐயங்கார் தொடர்ந்து வற்புறுத்தியதால் அதனை ஏற்றுக் கொண்ட பாரதி, 1920ல் அதன் உதவி ஆசிரியரானார். பாரதியின் ஆசிரியத்துவத்தில் மிகச் சிறப்பாக வெளிவர ஆரம்பித்தது மித்திரன். கதை, கவிதை,

கட்டுரைகள், சமூக விஷயங்கள் என்று நிறைய எழுதினார் பாரதி.

ஆண்டுதோறும் வெளியான சுதேசமித்திரன் அநுபந்தம் அக்காலத்தில் பலராலும் வரவேற்கப்பட்டது. நாளடைவில் தனது உறவினரான சி.ஆர். ஸ்ரீநிவாசனை

மேலாளராக நியமித்தார் ஐயங்கார். பிற்காலத்தில் சி.ஆர். ஸ்ரீநிவாசன் நல்ல அனுபவம் பெற்று சுதேசமித்திரனின் ஆசிரியரானார். இதனையும் வெற்றிகரமாக நடத்தினார்.

எஸ்.ஜி.ராமாநுஜலு நாயுடு, குருமலை சுந்தரம்பிள்ளை உள்ளிட்ட அக்காலத்தின் புகழ்பெற்ற பத்திரிகையாளர்கள் பலர் மித்திரனில் தொடர்கதைகள் எழுதியுள்ளனர். பாரதியின் புதல்வி தங்கம்மாள் பாரதி தன் தந்தையின் நினைவுகளை, 'பாரதி — புதுவை நிகழ்ச்சிகள்' என்ற தலைப்பில் தொடராக எழுதியிருக்கிறார். 'வேள்வி' என்ற தலைப்பில் சிறு நாடகத் தொடர் ஒன்றையும், மேலும் சில கட்டுரைகளையும் அவர் எழுதியுள்ளார். மகாகனம் வி.எஸ். ஸ்ரீநிவாஸ சாஸ்திரியார் தன் வாழ்க்கை நிகழ்வுகளைத் தொடராக எழுதியிருக்கிறார். விடுதலைப் போராட்ட வீரர் தீரர் எஸ் சத்தியமூர்த்தி எழுதிய கடிதக் குறிப்புகள், 'ஸ்ரீ ஸத்யமூர்த்தியின் கடிதங்கள்' என்ற தலைப்பில் வெளியாகியுள்ளது. திரைப்பட விமர்சனங்களும் ஆரம்ப கால இதழில் வெளியாகியுள்ளன. பத்திரிகை/ நூல்கள் விமர்சனப் பகுதியும் 'புஸ்தக விமர்சம்' என்ற தலைப்பில் இடம் பெற்றுள்ளது.

ய.மகாலிங்க சாஸ்திரி, வடுவூர் துரைசாமி ஐயங்கார், வ.ரா., க.நா.சுப்பிரமணியன் போன்றோரும் மித்திரனில் பங்களித்துள்ளனர். 'க.நா.சுப்ரமண்யம்' பல சிறுகதைகளை, மொழிபெயர்ப்புகளை, கட்டுரைகளை இவ்விதழில் எழுதியிருக்கிறார். அவரது முதல் நாவலாகக் கருதப்படும் 'சர்மாவின் உயில்' சுதேசமித்திரனில்தான் தொடராக வெளியானது. புகழ்பெற்ற சான்றோர்கள் பற்றி 'தென்னிந்தியப் பிரமுகர்கள்' என்ற தலைப்பில் தொடர் கட்டுரைகள் வெளியாகியுள்ளன. பி.ஸ்ரீ. மகாபாரதம் குறித்து ஆராய்ந்து 'மகாபாரத ஸாரம்' என்ற தலைப்பில் தொடர் கட்டுரைகளை எழுதியிருக்கிறார். கி.வா. ஜகந்நாதனின் 'நாடோடிப் பாட்டுக்கள்' உள்ளிட்ட பல இலக்கியக் கட்டுரைகள் வெளியாகியுள்ளன.

'மோகனாங்கி அல்லது திவான் திருமலைராயன் ஸாகஸம்' என்ற தலைப்பில் தொடர் ஒன்றை எழுதியிருக்கிறார் வடுவூர் கே.துரைசாமி ஐயங்கார். இது அவரது வழக்கமான பாணி துப்பறியும் நாவல் அல்ல. சரித்திர நாவல்.

நாயக்கர் காலத்தைப் பின்னணியாகக் கொண்டது. கா.சி. வேங்கடரமணி எழுதிய தமிழின் முதல் தேசிய சிந்தனை நாவலாகக் கருதப்படும் 'தேசபக்தன் கந்தன்' முதன் முதலில் தொடராக வெளியானது சுதேசமித்திரனில்தான். தி.ஜானகிராமனின் புகழ்பெற்ற 'மோகமுள்' இதில்தான் தொடராக வெளியானது. எழுத்தாளர் 'ஆர்வி'யின் 'வஸுமதி' இதில் தொடர்கதையாக வெளியாகியுள்ளது. இசைக் கச்சேரிகள் பற்றியும் இசை விற்பன்னர்கள் பற்றியும் 'கண்டதும் கேட்டதும்' என்ற தலைப்பில், 'நீலம்' என்ற பெயரில் மித்திரனின் உதவி ஆசிரியர் 'நீலமேகம்' கட்டுரைகள் எழுதியுள்ளார். அரிய பல செய்திகளைக் கொண்ட கட்டுரைகளாக இவை விளங்குகின்றன. கர்நாடக இசை தொடர்பான பாடல் ஸ்வரக் குறிப்புகளும் இதழ்தோறும் வெளியாகியுள்ளன.

இதழ் வெற்றிகரமாக இயங்கி வந்தது என்றாலும், கால மாற்றமும் புதிதாக ஆனந்தவிகடன் போன்ற இதழ்கள் வெளிவந்ததும் சுதேசமித்திரனுக்கு வீழ்ச்சியைத் தந்தது. 1962ல், சி.ஆர். ஸ்ரீநிவாசனின் மறைவுக்குப் பின் மெல்ல மெல்லத் தனது பயணத்தை நிறுத்திக் கொண்டது சுதேசமித்திரன். மீண்டும் சிலரால் அவ்வப்போது தொடங்கப்படுவதும், நிறுத்தப்படுவதுமாக இருந்த இவ்விதழ், இறுதியில் மே 1, 1996ல் முற்றிலுமாக நின்று போனது.

விவேக சிந்தாமணி (1892)

இன்றைய இலக்கிய இதழ்களில் வெளியாகும் 'நேர்காணல்' தவிர்த்து மற்ற அம்சங்கள் பலவும் இடம் பெற்ற இதழாக விவேக சிந்தாமணியைச் சொல்லலாம். சிறுகதை, தொடர்கதை, மொழிபெயர்ப்பு, வரலாறு, நூல் விமர்சனம், இலக்கியக் கட்டுரைகள், வரலாற்று ஆய்வுகள், அறிவியல் செய்திகள் என அனைத்திற்கும் களம் அமைத்துக் கொடுத்த இதழ் 'விவேக சிந்தாமணி.' இலக்கிய நாட்டம் உடையவரான சி.வி.சுவாமிநாதையர் இவ்விதழின் உரிமையாளர். இவர், 1863ல் திருவையாற்றில் பிறந்தார். உயர்கல்வி கற்ற இவர் மக்கள் சிந்தனையை மேம்படுத்த வேண்டும், அறிவைப் பரப்ப வேண்டும் என்ற நோக்கில் 'விவேகசிந்தாமணி'யை ஆரம்பித்தார். ஒரு நிதி

லேசான காகிதப்பதிப்பு.
தனிப்பிரதி, $5\frac{1}{2}$ அணா.
பழைய பிரதி, 6 ,,

சந்தாவிவரம்.
ஒரு வருஷத்துக்கு ரூ. 4.
6 மாதத்துக்கு ,, 2-2.

விவேக சிந்தாமணி

KNOWLEDGE IS POWER

DIFFUSION OF KNOWLEDGE AGENCY

VIVEKA CHINTAMANI

அறிவைப்பரவச் செய்வதற்கான

மாதாந்தரத் தமிழ்ப்பத்திரிகை.

The Publishing Agency reserves to itself the right of republishing separately matters that appear in the Viveka Chintamani.

புத்தகம் 10.] 1901ளு ஆகஸ்டு மீ [இலக்கம் 4.

Terms of Subscription to the 'Viveka Chintamani.'

Thick Paper Edition for Patrons, Reading Rooms, School and Circulating Libraries, &c.

Minimum Subscription Rs. 5 per annum.

Single Copy $7\frac{1}{2}$ As.: Back Nos. 8 As. each.

ENGLISH & FOREIGN SUBSCRIPTION 7s. 6d. NET PER ANNUM.

Thin Paper Edition for the People:—

SUBSCRN. PRICE: YEARLY RS. 4; HALF-YEARLY RS. 2-2.

SINGLE COPY, CURRENT NO. $5\frac{1}{2}$ AS.; BACK NOS. 6 AS. EACH.

ENGLISH & FOREIGN SUBSCRIPTION 5s. 6d. NET PER ANNUM.

If strictly Prepaid at the commencement of the term, (*i. e.*, in May of each year) 8 As. discount, off the annual rate, and 4 As. off the half-yearly rate.

Subscriptions entered to begin with only April or May of each year. Enrolled Subscribers may not withdraw except at the end of the year.

☞ To regular annual subscribers 2 months' grace is allowed for the prepayment of subscription, and in the case of regular half-yearly subscribers 3 weeks' time, within which all subscriptions should be paid to entitle them to the discounts allowed.

Subscriptions cannot be closed in the middle of a *Volume*, though regular subscribers may elect to pay their subscriptions in half-yearly instalments. *All notices for discontinuance are to be given in the beginning of the new year, i. e., in April or May; for otherwise one should have to pay for the whole of the current volume.* Outstanding subscriptions are often realised by V. P. P. to prevent accumulation of arrears.

In all business correspondence, Subscribers are requested to quote their register number found on the wrapper, as it would ensure prompt attention and ave vexatious delay and needless correspondence.

விவேகசிந்தாமணி சந்தாவிவரம்.

தளமான காகிதப்பதிப்பு:—அதியக்ஷர்கள், சீடிகள், புத்தகசாலைகள் முதலான ஸ்தாபனங்களுக்கு உபயோகமானது. ☞ வருஷ சந்தா குறைந்தது ரூ. 5. தனிப்பிரதி $7\frac{1}{2}$ அணா. பழைய பிரதி 8 அணா.

லேசானகாகிதப்பதிப்பு:—சாதாரணமாய் எல்லா ஜனங்களுக்கும் உபயோகமானது.

வருஷசந்தா ரூ. 4. 6-மாசத்துக்கு ரூ. 2-2.

தனிப்பிரதி $5\frac{1}{2}$ அணா. பழைய பிரதி 6 அணா.

வருஷாரம்பத்திலே (அதாவது மேமாசத்தில்) தவ ருமல் கட்டினால் வருஷசந்தாவில் 8 அணாவும், 6-மாசசந்தாவில் 4 அணாவும் தள்ளிக்கொடுக்கப்படும்.

எப்பிரல் அல்லது மேமாதம் துவக்கியே சந்தாக்கணக்கு வைக்கப்படும். ரிஜிஸ்தரான சந்தாதாரர்கள் வருஷமுடிவிலன்றி மற்றபடி சந்தாவை நிறுத்துதல் கூடாது.

☞ வருஷக்கணக்காக ஒழுங்காய்ச் சந்தாசெலுத்திவருகிறவர்களுக்கு இரண்டு மாசத்தவணையும், 6-மாசக்கணக்காக ஒழுங்காய்ச்சந்தா செலுத்திவருகிறவர்களுக்கு மூன்று வாரத்தவணையும் கொடுக்கப்படும். அதற்குள் சந்தாவை முன்பணமாகச் செலுத்துகிறவர்களுக்கே மேற்கண்ட தள்ளுபடி செய்துகொடுக்கப்படும்.

பத்திரிகையை வருஷமத்தியில் நிறுத்தக்கூடாது. நிறுத்தவிரும்புகிறவர்கள் வருஷாரம்பத்தில் அதாவது எப்பிரல் அல்லது மே மாசத்திலே கோட்டீஸ் கொடுக்கவேண்டும்; அப்படிக்கின்றி மத்தியில் நிறுத்தினால் அந்தவருஷ முழுவதற்குமுள்ள சந்தாவைச் செலுத்திவிடவேண்டும். சந்தாபாக்கிகள் V. P. P. மூலமாக வசூல்செய்யப்படும்.

கையொப்பக்காரர்கள் ஆபீசுக்குக் கடிதமெழுதும்போதெல்லாம் அவர்கள் ரிஜிஸ்தர் நம்பரைக் குறிப்பிட்டெழுதவேண்டும். அப்படிச்செய்வதால் அவர்கள் எழுதும் கடிதம் உடனே கவனிக்கப்படுவதன்றி அதிக தாமதத்துக்கும் வீண் கடிதப்போக்குவரவுக்கும் இடமிராது.

13

நிறுவனத்தில் முதலீடு செய்து பெரும்பணத்தை இழந்தார் என்றாலும் விடாமல் இவ்விதழை நடத்திவந்தார்.

இக்கால இதழ்கள் பலவற்றிற்கு முன்னோடியாய்ச் சிறார் பக்கங்கள், சிறுகதைகள், பெண்களுக்கான பக்கங்கள் என பல அம்சங்களைக் கொண்டதாய் இருந்த இந்த இதழ் மே, 1892ல் ஆரம்பிக்கப்பட்டது. முதல் இதழிலேயே சரவணமுத்துப் பிள்ளை அவர்களின் 'தமிழ் பாஷை' என்னும் கட்டுரை வெளியாகியுள்ளது. விவசாயம், வான சாஸ்திரம், சரீரப் பயிற்சி எனப் பல கட்டுரைகள் வெளியாகியுள்ளன. அந்த இதழிலேயே 'கற்புநிதி சரித்திரம்' என்ற சிறுகதை ஒன்றும் வெளியாகியுள்ளது. இது ஒரு வரலாற்றுச் சிறுகதை. தமிழில் வெளியான முதல் வரலாற்றுச் சிறுகதையாக இது இருக்கக் கூடும். 'பேரேரி'என்ற புனைபெயரில் இதை எழுதியவர் யார் எனத் தெரியவில்லை.

'அ.மாதவையா' 'சாவித்திரி சரிதம்' என்ற தொடர்கதையை 'சாவித்திரி' என்ற புனைபெயரில் 1892 ஜூன் இதழ் தொடங்கி (இரண்டாவது இதழ் முதல்) எழுதியிருக்கிறார். ஆசிரியருடன் ஏற்பட்ட கருத்து வேறுபட்டால் ஆறு மாதங்களுக்குப் பின் திடீரென இத்தொடர் நிறுத்தப்பட்டது. இதுவே பின்னர் 1903ம் வருடம் 'முத்துமீனாஷி' என்ற பெயரில் நாவலாக வெளியானது. ராஜம் ஐயரின் 'கமலாம்பாள் சரித்திரம்', 1893ல், விவேகசிந்தாமணியில்தான் முதன் முதலில் தொடராக வெளியானது. அவர் எழுதிய வேறு சில கட்டுரைகளும் இவ்விதழில் இடம்பெற்றுள்ளன. அவற்றில் கம்பராமாயணத்தை அடிப்படையாகக் கொண்ட 'சீதை' என்னும் தொடர் குறிப்பிடத்தகுந்தது.

'மாயாண்டி' என்பவர் சிறுவர்க்கான கதைகளை எழுதியிருக்கிறார். பரிதிமாற்கலைஞர் (வி.கோ.சூரிய நாராயண சாஸ்திரி) அவர்களின் 'தமிழ் மொழி வளர்ச்சி' குறித்த கட்டுரையும் வெளியாகியுள்ளது. 'மனோன்மணீயம்' பற்றிய திறனாய்வுக் கட்டுரையை 'அ.மாதவையா' எழுதியுள்ளார். ஜீவராசிகள், உயிரினங்கள் குறித்த கட்டுரையை மனோன்மணீயம் பெ. சுந்தரம் பிள்ளை எழுதியுள்ளார். நாடகங்கள் சிலவும் தொடராக வெளியாகியுள்ளன. தி.லக்ஷ்மணப்பிளை என்பவர் பல

கட்டுரைகளை எழுதியுள்ளார். 'பரிதிமாற் கலைஞர்' என்று போற்றப்படும் வி.கோ.சூரியநாராயண சாஸ்திரியார் எழுதிய 'தமிழ்ப் புலவர்கள் வரலாறு' விவேக சிந்தாமணியில் தொடராக வெளியாகி அவரது மறைவிற்குப் பின் 'தமிழ்ப் புலவர் சரித்திரம்' என்ற தலைப்பில் நூலாக வெளியானது.

இதே விவேக சிந்தாமணி இதழில், பிற்காலத்தில் (1900த்திற்குப் பின்) என்.வி. ராகவன் (கந்தன் செய்த மனோராச்சியம்), வைத்தியநாதய்யர் (பார்வதி), டி.சி.. வெங்கடரமணய்யர் (கமலா பாய்), இப்பத்திரிகையின் அதிபர் சி.வி.சுவாமிநாதையர் (ததேவ தர்மம்) உள்பட பலர் சிறுகதைகளை எழுதியுள்ளனர். ஷேக்ஸ்பியரின் 'ஹேம்லெட்', 'ஹேமசந்திரஸிங்' என்ற பெயரில் மொழியாக்கம் செய்யப்பட்டுத் தொடராக வெளியாகியுள்ளது. 'சீதா அல்லது இல்லற வாழ்க்கை' என்ற தொடர்கதையை எஸ்.ராமஸ்வாமி ஐயர் எழுதியிருக்கிறார். நாகை ஸி.கோபாலகிருஷ்ணன் 'கண்ணகி' நாடகம் எழுதியிருக்கிறார். 'அவிழ்த்து விட்ட கழுதை' என்னும் தலைப்பில் 'ஒரு தாலுகா குமாஸ்தாவின் சரித்திரம்' என்ற நகைச்சுவைத் தொடர் வெளியாகியிருக்கிறது. எழுதியவர் புனைபெயரில் எழுதியிருக்கிறார். புனை பெயர் — 'குமாஸ்தா'

ஸ்ரீராஜநாயகி என்பவர் கதை, கட்டுரை, மொழிபெயர்ப்பு எனப் பல படைப்புகளைத் தந்துள்ளார். Eugène Chavette எழுதிய நாவலை 'கோபுரத்தின் மேலேறிய குரங்கு அல்லது மனதார மரணதண்டனைக்குட்ப்பட்டவன்' என்ற தலைப்பில் எழுதியிருக்கிறார். இவர் உண்மையில் பெண் தானா அல்லது பெண்ணின் பெயரைப் புனைபெயராகக் கொண்டு எழுதிய ஆணா என்பதை அறிய இயலவில்லை. துப்பறியும் சிறுகதைகள் சிலவும் இவ்விதழில் வெளியாகியிருக்கின்றன. ஆனால் அவற்றில் எழுதிய ஆசிரியர் பெயர் குறிப்பிடப்படவில்லை. தமிழின் முன்னோடி இலக்கிய இதழ்களுள் ஒன்றாக 'விவேகசிந்தமணி'யை மதிப்பிடலாம்.

விவேகபோதினி (1908)

'ஒரு சிறந்த மாதாந்திரத் தமிழ்ப்பத்திரிகை' என்ற அறிவிப்புடன் 1908 ஜூலை முதல் வெளியான இவ்விதழ்

கட்டுரைகள், வேதாந்த—தத்துவ விளக்கங்கள், கல்வி, அறிவியல் செய்திகள், இயற்கை, விவசாயம், வரலாறு, சுகாதாரம் தொடர்பான கட்டுரைகளைத் தாங்கி வந்திருக்கிறது. பி.ஆர். ராஜம் ஐயரின் வாழ்க்கை வரலாறு இவ்விதழில் தொடராக வெளியாகியிருக்கிறது. பெண்கள், சிறுவர்களுக்கான பக்கங்களும் இடம் பெற்றிருக்கின்றன. மலையாளத்தின் முதல் நாவலாகக் கருதப்படும் ஓ.சி. சந்துமேனனின் 'இந்துலேகை' தமிழில் மொழிபெயர்க்கப்பட்டு தொடராக வெளியாகியுள்ளது. ஷேக்ஸ்பியரின் 'The Taming of the Shrew' தமிழில் 'நீலிவசீகரம்' என்ற தலைப்பில் மொழிபெயர்க்கப்பட்டு தொடராக வெளியாகியிருக்கிறது. மேற்கண்டவற்றை மொழிபெயர்த்தவர்களின் பெயர் எதுவும் நூலில் காணப்படவில்லை. அக்காலத்தின் புகழ்பெற்ற 'கார்டியன் அச்சுக்கூட'த்தில் பதிப்பிக்கப்பெற்ற இதழ் இது. இதன் ஆசிரியர் வி.குப்புசாமி ஐயர். புகழ்பெற்ற அல்லயன்ஸ் பதிப்பகத்தைத் தோற்றுவித்தவரும் இவர்தான்.

இவ்விதழில் சிறுகதைகளும் அவ்வப்போது வெளியாகி யிருக்கின்றன. தமிழின் முதல் சிறுகதையை எழுதியவராக மதிப்பிடப்படுபவர் அம்மணி அம்மாள். இவர் எழுதிய 'சங்கல்பமும் சம்பவமும்' என்ற சிறுகதை 1913ம் ஆண்டு 'விவேகபோதினி' இதழில் வெளியாகியிருக்கிறது. ஆனால், இதே விவேகபோதினி இதழில், அம்மணி அம்மாளின் சிறுகதை வெளியாவதற்கு முன்பே, 1909ல், தி.த.கனகசுந்தரம் பிள்ளையின் சிறுகதை ஒன்று வெளியாகியிருக்கிறது. கதையின் முடிவில் 'இக்கதை வங்காளிப் பாஷையிலிருந்து அமைக்கப்பட்டது' என்ற குறிப்பு காணப்படுகிறது. அதாவது, தழுவல் கதை.

தமிழின் முதல் சிறுகதை என்று ஆய்வாளர்களால் கருதப்படும் வ.வே.சு. ஐயரின் 'குளத்தங்கரை அரசமரம்' 1915ல், விவேகபோதினி இதழில்தான் வெளியானது. அதுவும், இச்சிறுகதை முதன் முதலில் வெளியானபோது 'பாக்கியலட்சுமி அம்மாள்' என்று ஐயரின் மனைவி பெயரில்தான் வெளியாகியிருக்கிறது. தமிழில் படைப்பிலக்கியத்தோடு கூடவே பண்டை இலக்கியங்களுக்கும், மொழிபெயர்ப்புகளுக்கும் முக்கியத்துவம் அளித்து வெளியிட்ட இதழ் விவேகபோதினி.

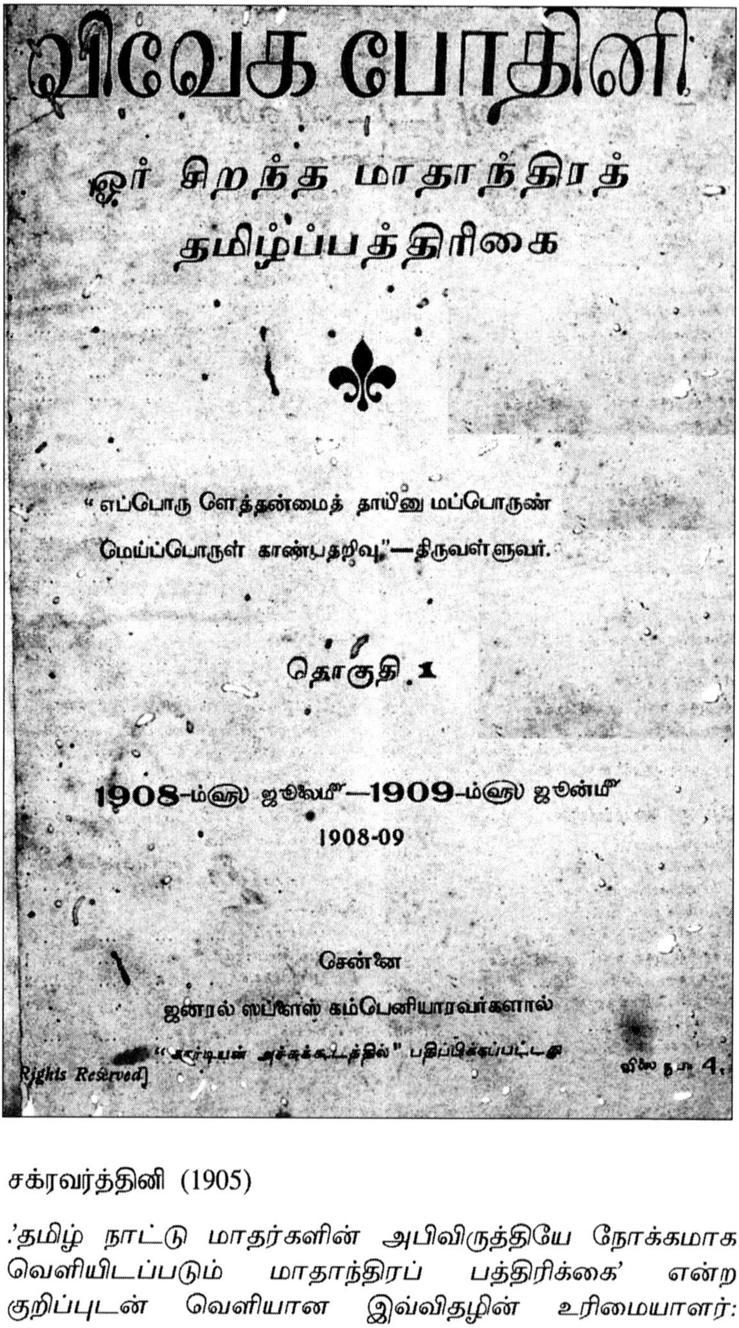

விவேக போதினி

ஓர் சிறந்த மாதாந்திரத் தமிழ்ப்பத்திரிகை

"எப்பொரு ளெத்தன்மைத் தாயினு மப்பொருண்
மெய்ப்பொருள் காண்பதறிவு."—திருவள்ளுவர்.

தொகுதி 1

1908-ம் ஹு ஜூலை—1909-ம் ஹு ஜூன்

1908-09

சென்னை

ஜனரல் ஸப்ளைஸ் கம்பெனியாரவர்களால்

"கார்டியன் அச்சுக்கூடத்தில்" பதிப்பிக்கப்பட்டது

 விலை ரூ. 4.

சக்ரவர்த்தினி (1905)

.'தமிழ் நாட்டு மாதர்களின் அபிவிருத்தியே நோக்கமாக வெளியிடப்படும் மாதாந்திரப் பத்திரிக்கை' என்ற குறிப்புடன் வெளியான இவ்விதழின் உரிமையாளர்:

வைத்தியநாத ஐயர். ஆசிரியர்: சி. சுப்ரமணிய பாரதியார். ‘பெண்மை அறிவுயரப் பீடுயரும் பெண்ணேதான் ஒண்மையுற ஓங்கும் உலகு’ என்ற செய்யுளுடன், பெண்ணின் பெருமை பேசும் இதழாக, அக்காலத்தில் தோன்றிய இதழ். *1905* ஆகஸ்டு முதல் வெளியான இவ்விதழுக்கு பாரதியார் சுமார் ஒரு வருட காலம் ஆசிரியராக இருந்தார். பாரதியாருக்குப் பின் வரகவி

CHAKRAVARTINI.

A TAMIL MONTHLY DEVOTED MAINLY TO THE ELEVATION OF INDIAN LADIES

சக்ரவர்த்தினி.

தமிழ் நாட்டு மாதர்களின் அபிவிருத்தியே நோக்கமாக வெளியிடப்படும் மாதாந்தரப் பத்திரிகை.

Vol. 1. | Madras March 1906 | No. 8.

தொகுதி 1. | சென்னை 1906- வருஷம் மார்ச்சு-மீ | பகுதி 8.

CONTENTS.

PAGE.

1. SRIMATH SWAMI VIVAKANANDA PARAMA HAMSA By the Editor ... 169
2. RAMATILAKAM By S. V. Sreenivasair Esq., B. A ... 175
3. THE HOME AS IT SHOULD BE By M. S. Natasaier B. A. 179
4. THEORIES IN SUPPORT OF WAR By N. Ragavachariar B. A. 182
5. PARVATHI SOBHANAM By. Shreemati R. S. Subbalakshimi Ammal ... 186
6. INTERESTING NOTES. ... 189

அட்டவணை.

பக்கம்.

1. ஸ்ரீமத் சுவாமி விவேகானந்த பரமஹம்ஸர்--பத்திராதிபர் 169
2. ராமதிலகம்--எஸ். வி. சீனிவாசய்யர் பி. ஏ. 175
3. குடும்பம் இருக்கவேண்டிய நிலைமை--எம். எஸ். நடேசய்யர், பி. ஏ. 179
4. யுத்தம் வேண்டுமென்பாரது கோட்பாடுகள்--என். ராகவாசாரியார், பி. ஏ. 182
5. பார்வதி சோபனம் ஸ்ரீமதி-R. S. சுப்பலெட்சுமி அம்மாள். 186
6. பொது வர்த்தமானங்கள். 189

P. Vaidyanathier, Proprietor. C. Subramania Bharati, Editor.

Copy-Right Registered.

அ.சுப்பிரமணிய பாரதி இதன் ஆசிரியராக இருந்தார். எம். எஸ். நடேச ஐயர் என்பவரும் சில காலம் இந்த இதழின் ஆசிரியராகப் பொறுப்பு வகித்துள்ளார்.

தன் பெயரைக் குறிப்பிடாமல் பாரதியார் சில தலையங்கங்களை இதில் எழுதியுள்ளார். அவர், 'ஷெல்லிதாஸ்' என்ற புனைபெயரில் எழுதிய 'துளஸீபாய் சரித்திரம்' என்னும் சிறுகதை, ஜனவரி 1906 முதல் இவ்விதழில் வெளியாகியிருக்கிறது. அதே இதழில் நவம்பர் 2006 முதல், 'சுந்தரி' என்ற தலைப்பில் 'ஜானகி' என்பவர் எழுதிய தொடர்கதை வெளியாகியுள்ளது. 'விஜயலட்சுமி' என்ற தொடரை அக்காலத்தின் பிரபல எழுத்தாளர்களுள் ஒருவரான தேவகுஞ்சரி அம்மாள் எழுதியிருக்கிறார். ஆர்,எஸ். சுப்புலட்சுமி அம்மாள் எழுதிய 'பார்வதி சோபனம்' என்ற தலைப்பிலான பாடல் தொடர் ஒன்றும் வெளியாகியிருக்கிறது. அசலாம்பிகை அம்மாள், அலர்மேல் மங்கை, கஜாம்பிகை போன்றோரது படைப்புகளும் இவ்விதழில் வெளியாகியிருக்கின்றன. உ.வே.சா.வைப் பாராட்டி பாரதி வாழ்த்திய செய்யுள் இந்த இதழில் இடம் பெற்றிருக்கிறது.

ஷேக்ஸ்பியரின் 'ஹேம்லெட்' தமிழில் மொழிபெயர்க்கப்பட்டுத் தொடராக வெளியாகியுள்ளது. மொழிபெயர்த்தவர்: கே.வெங்கட்டராமய்யர், பி.ஏ. 'பானுமதி' என்ற தொடரை வரகவி அ.சுப்பிரமணிய பாரதியார் எழுதியிருக்கிறார். மஹேசகுமார சர்மா, பஞ்சாபகேசய்யர் உள்ளிட்ட அக்காலத்துச் சான்றோர்கள் பலர் இவ்விதழில் எழுதியுள்ளனர். சில ஆண்டுகள் மட்டுமே இந்த இதழ் வெளிவந்திருக்கிறது.

பஞ்சாமிர்தம் (1924)

எழுத்தாளர் மாதவையாவிற்கு ஒரு கனவு இருந்தது. தமிழில் நல்லதொரு பத்திரிகையைக் கொண்டு வர வேண்டும்; அதன் மூலம் தமிழர்களின் அறிவுணர்ச்சியை மேம்படுத்த வேண்டும் என்பதுதான் அது. அதனை நிறைவேற்ற தமிழர் கல்விச் சங்கத்தின் மூலம் 'தமிழர் நேசன்' என்றதொரு இதழை பெ.நா. அப்புசாமியுடன் இணைந்து கொண்டு வந்தார் என்றாலும் தமிழ், தமிழ் மொழி, தமிழர் நலனை முன் வைத்த அவ்விதழில் அவரால்தான்

பஞ்சாமிர்தம்

(சித்திர சகித மாதப் பத்திரிகை)

நான் ஒரு மானுடன் : நான் மதியாதன
மானுட வாழ்வில் இலை.

பத்திராதிபர்

அ. மாதவையர்

முதல் மாலை
1924—1925

சென்னை
"பஞ்சாமிர்தம்" பத்திரிகை ஆபீசு
எட்வர்டு எலியட் ரோடு - மயிலாப்பூர்

விலை ரூ 5-0-0]   இரக்தாக்ஷி ஹு   [காபிரைட்

விரும்புவதையெல்லாம் எழுத முடியவில்லை. ஆகவே அதற்கு மாற்றாக ஓர் இதழைக் கொண்டு வர வேண்டும் என்று நினைத்தார். அதற்காக, 1924ம் ஆண்டு சித்திரை மாதத்தில் அவர் ஆரம்பித்த இதழ்தான் 'பஞ்சாமிர்தம்.'

'நான் ஒரு மானுடன்; நான் மதியாதன மானுடவாழ்வில் இலை' இதுவே பஞ்சாமிர்தம் இதழின் முகப்பு வாசகம். சீரிய நோக்கத்துடன் ஆரம்பிக்கப்பட்ட இவ்விதழில், மாதவையா துவங்கி, ராஜாஜி, எஸ். சத்தியமூர்த்தி, வெ.சாமிநாத சர்மா, சிவத்தியானந்த மகரிஷி, இலக்குமணப் போற்றி, காவிய கண்ட கணபதி சாஸ்திரி, பெ.நா. அப்புசாமி, பிரான்சிஸ் கிங்க்ஸ்பெரி (சி.வை. தாமோதரம் பிள்ளையின் மகன்), மஹேசகுமார சர்மா, சுவாமி விபுலானந்தர், அசலாம்பிகை அம்மாள், தாயாரம்மாள், பி. வி. ஜகதீச ஐயர், வி.சுப்பிரமணிய ஐயர், ரா.வாசுதேவ சர்மா உள்ளிட்ட பலர் கதை, கட்டுரைகளை எழுதியுள்ளனர். தான் எழுதுவது மட்டுமல்லாமல் தன் கற்றறிந்த நண்பர்களையும், ஆர்வமுள்ள தனது மகன், மகள்களையும் எழுத ஊக்குவித்தார் மாதவையா. மீனாம்பாள், அனந்தநாராயணன், லக்ஷ்மி, விசாலாக்ஷி, முத்துலக்ஷ்மி என மாதவையாவின் வாரிசுகள் பலரும் பஞ்சாமிர்தம் இதழுக்குப் பங்களிப்புச் செய்துள்ளனர்.

கதை, கவிதை, கட்டுரை, மொழிபெயர்ப்பு, வரலாறு, தொடர்கதை, இலக்கியக் கட்டுரைகள், துணுக்குகள், நாட்டுநடப்பு, நூல் விமர்சனம், சமூக சீர்த்திருத்தக் கருத்துக்கள், பெண்கள் கல்வி, மருத்துவம் என்று பலவற்றிற்கும் தனது இதழில் இடம் கொடுத்திருக்கிறார் மாதவையா. நகைச்சுவைக்கும் முக்கிய இடமளித்திருக்கிறார். கம்பராமாயணம், திருக்குறள் குறித்த இலக்கியக் கட்டுரைகள் இடம் பெற்றுள்ளன. இலங்கை குறித்து இலங்கை வாழ் மக்கள் வாழ்க்கை குறித்தும் கட்டுரைகள் வெளியாகியிருக்கின்றன. ஜப்பான், இங்கிலாந்து என பல வெளிநாடுகளைப் பற்றிய கட்டுரைகளும் வெளியாகியுள்ளன. 'மசூதிகள், அரண்மனைகள், சமாதிகள்' என்னும் டாக்டர் கே.என். சீதாராம் அவர்களின் கட்டுரை குறிப்பிடத்தகுந்த ஒன்றாக உள்ளது. பத்திராதிபர் பெயரில் பல செய்திகளைத் தெரிவித்துள்ளார். பிற பத்திரிகைச் செய்திகளையும்

வெளியிட்டுள்ளார். 'கோணக்கோபாலன்' என்ற புனை பெயரில் மாதவையா எழுதியிருக்கும் 'தானே தானே தக்கடி தங்கம்'என்னும் நகைச்சுவைச் தொடர், அவரது எழுத்து வன்மைக்குச் சான்றாகும்.. தமிழின் முதல் சிறுகதையாக, பேராசிரியர், முனைவர் எம்.வேதசகாயகுமார் உள்ளிட்ட சிலரால் மதிப்பிட்டபடும் 'கண்ணன் பெருந்தூது' சிறுகதை 'பஞ்சாமிர்தம்' இதழில் வெளியானதுதான். (அ.மாதவையா எழுதிய கடைசிச் சிறுகதையும் இதுதான்)

'பொது தர்ம சங்கீத மஞ்சரி', 'இந்திய தேசிய கீதங்கள்' போன்றவை மாதவையரின் கவிதைத் தொகுப்புகளில் குறிப்பிடத் தகுந்தவை. 'அமுதகவி' என்ற புனை பெயரில் இவற்றை எழுதியிருக்கிறார். பெண்களது பங்களிப்பும் நிறைய உண்டு. லண்டனில் கல்வி பயின்று வந்த மாதவையாவின் மகள் லக்ஷ்மி மாதந்தோறும் லண்டனிலிருந்து கட்டுரை எழுதியிருக்கிறார். கைத்தொழில்கள் குறித்தும் கட்டுரைகள் வந்துள்ளன. வெ.சாமிநாத சர்மா 'சிலா சாஸனம்' குறித்து எழுதியுள்ளார். நகைச்சுவைத் துணுக்குகளும் இடம் பெற்றுள்ளன. 'சரித்திரக் கதைகள்' என்ற தலைப்பில் 'பலபத்திர சிங்கன்'உள்ளிட்ட சிலரைப் பற்றி எழுதியுள்ளார். 'பலதுறைப் பொறுக்குமணிகள்' என்ற தலைப்பில் சுவாரஸ்யமான பல செய்திகளை, தனது கருத்துக்களைப் பகிர்ந்துள்ளார். பெண்கல்வியை வலியுறுத்திக் கட்டுரைகளும் விதவை மறுமணத்தை ஆதரித்துச் சிறுகதைகளும் வெளியாகியுள்ளன. வேதங்கள் பற்றியும் ஒரு சில கட்டுரைகள் வெளிவந்துள்ளன.

தமிழ்ப் படைப்பிலக்கிய உலகில் உள்ளீடு, வடிவு என இரு வகையிலும் புதுமை நிகழ்த்திய முக்கிய படைப்பாளி மாதவையா எனலாம். அவரது இலக்கியப் பங்களிப்பை அவரது சிறுகதை, நாவல்களை மட்டும் அடிப்படையாகக் கொண்டிராமல், 'பஞ்சாமிர்தம்' இதழில் வெளியாகியிருக்கும் அவரது மற்ற படைப்புகளையும் சேர்த்து மதிப்பிடுவதே பொருத்தமாக அமையும். இரண்டு ஆண்டுகாலம் மட்டுமே வெளிவந்த பஞ்சாமிர்தம் இதழ், மாதவையாவின் திடீர் மறைவால் நின்று போனது. சுமார் குறுகிய காலமே வெளிவந்திருந்தாலும் கூட இலக்கிய உலகிற்கு பஞ்சாமிர்தம் ஆற்றிய சேவை முக்கியமானது.

பாலபாரதி (1924)

பிரிட்டிஷ் அடக்குமுறையிலிருந்து தப்பி புதுச்சேரியில் வாழ்ந்து வந்த வ.வே.சு. ஐயர்., பின் புதுச்சேரியிலிருந்து சென்னைக்குத் திரும்பினார். தேசபக்தன் ஆசிரியராகச் சில காலம் பணியாற்றினார். பின்னர் சேரமாதேவியில் குருகுலத்தை ஆரம்பித்தார். தனது இலக்கியப் பணிகளைத் தொடரும் பொருட்டு அங்கு ஓர் அச்சகத்தை அமைத்தார். இலக்கிய வளர்ச்சிக்காக அவர் தொடங்கிய இதழ்தான் ‘பாலபாரதி.’ 1924 அக்டோபரில் முதல் இதழ் வெளியானது.

இதழில் கம்ப ராமாயண ஆராய்ச்சி, ஆலயங்கள், ராஜகோபாலன் கடிதங்கள் போன்ற பகுதிகளைத் தொடங்கினார் ஐயர். பொ. திருகூட சுந்தரம் பிள்ளை, எஸ். வையாபுரிப் பிள்ளை, சுத்தானந்த பாரதியார், மஹேசகுமார சர்மா, கி.லக்ஷ்மண ஷர்மா எனப் பலர் இவ்விதழுக்குப் பங்களிப்புச் செய்துள்ளனர். ‘அனந்தரங்கம் பிள்ளையின் நாட்குறிப்பு’ முதன் முதலில், தமிழில், பால பாரதியில்தான் தொடராக வெளியானது. ஸ்ரீ அரவிந்தர் எழுதிய ‘யோக ஸாதனம்’ என்னும் நூலும் அமுதனின் மொழிபெயர்ப்பில் பாலபாரதியில் வெளியானது. (பிற்காலத்தில் அந்நூல் ஸ்ரீ அரவிந்தரால் திரும்பப்பெறப்பட்டது) ஆங்கிலம் மற்றும் தமிழில் நூல் விமர்சனமும் பாலபாரதியில் தொடர்ந்து வெளியானது. ஐயர், ‘லைலி மஜ்னூன்’, ‘எதிரொலியாள்’, ‘அழேன் மூக்கே’ எனப் பல சிறுகதைகளை அவ்விதழில் எழுதினார்.

‘பிறநாட்டு நல்லறிஞர் சாத்திரங்கள் தமிழ் மொழியில் பெயர்த்தல் வேண்டும்’ என்னும் பாரதியின் கனவிற்கேற்ப ‘நெப்போலியனின் வீரப் பிரசங்கங்கள்’, ‘சாவர்க்கர் கடிதங்கள்’ போன்றவை தமிழில் மொழிபெயர்க்கப்பட்டு இவ்விதழில் வெளியாகின. சிந்தனையைத் தூண்டும், அறிவை விரிவாக்கும் பல கட்டுரைகள், செய்திகள் பாலபாரதியில் தொடர்ந்து வெளியாகி வந்தன. தனது பரத்துவாஜ ஆசிரமம் மூலம் பல்வேறு நூல்களையும் ஐயர் வெளியிட்டு வந்தார்.

பாபநாசம் அருவிக்கு மாணவர்களுடன் சுற்றுலாச் சென்றார் ஐயர். அருவித் தண்ணீரில் தவறி விழுந்து

தத்தளித்த தன் மகளைக் காப்பாற்றுவதற்காக தானும் ஆற்றில் குதித்தார். அப்போராட்டத்தில் தனது இன்னுயிரைத் துறந்தார். அவரது மறைவிற்குப் பின் சுத்தானந்த பாரதியாரின் பொறுப்பில் சிலகாலம் வெளிவந்த இவ்விதழ் பின்னர் நின்றுபோனது. தமிழின்

மிக முக்கியமான சில இலக்கிய முயற்சிகளைச் செய்து பார்த்த இதழ் என்று 'பாலபாரதி'யை மதிப்பிடலாம்.

சக்தி (1939)

1920க்குப் பிறகு, காந்தியால் ஏற்பட்ட சுதந்திரத் தாகம் மற்றும் விழிப்புணர்ச்சிக்குப் பிறகு ஒவ்வொரு மாவட்டங்களிலும் பல அச்சுக்கூடங்கள் உருவாகின. பல பத்திரிகைகள் வெளியாக ஆரம்பித்தன. பல வெளியீட்டாளர்கள் வந்தார்கள். அதில் முக்கியமானவர் 1934ல் பர்மாவிலிருந்து தமிழகத்துக்கு வந்த வை. கோவிந்தன். அவரால் ஆரம்பிக்கப்பட்ட இதழ்தான் 'சக்தி.

'இதற்கு முன் இம்மாதிரி இதழ் இல்லை' என்று வாசகர்கள் போற்றுமளவிற்குச் சிறப்புடன் வெளிவந்தது சக்தி. 1939ல் புதுக்கோட்டை ராமசந்திரபுரத்தில் தோன்றிய இவ்விதழ், பின்னர் சென்னையைத் தலைமையிடமாகக் கொண்டு செயல்பட்டது. பிற்காலத்து இதழ்கள் பலவற்றுக்கு முன்னோடியாக இருந்த சக்தியில் அரசியல், இலக்கியம், வரலாறு, கதை, ஆராய்ச்சி, அறிவியல் என பல பகுதிகள் இடம்பெற்றன. வெளிநாட்டு எழுத்தாளர்கள், கட்டுரையாளர்கள் பலரைத் தமிழகத்திற்கு அறிமுகப்படுத்திய பெருமை சக்திக்கு உண்டு. காந்தியின் கொள்கைகளைத் தமிழகத்தில் பரப்பியதில் சக்திக்கும் முக்கிய இடமுண்டு.

சுத்தானந்தபாரதியாரின் பாரதசக்தி மஹா காவியம் சக்தி இதழில்தான் தொடராக வெளியானது. எஸ்.வையாபுரிப் பிள்ளை, மு.அருணாசலம், வி.ஆர்.எம். செட்டியார், தி.ஜ.ரங்கநாதன், வே.நாராயணன், மஞ்சேரி ஈஸ்வரன், கு.அழகிரிசாமி, சி.ஆர்.சரோஜா, லா.ச.ராமாமிர்தம் எனப்பலர் இவ்விதழில் பங்களிப்பு செய்துள்ளனர்.

அரசியல் சித்தாந்தங்களை அனைவருக்கும் புரியும் வண்ணம் எளிய தமிழில் தந்ததும் வெளிநாட்டு நூல்கள் பலவற்றைத் தமிழ் வாசகர்களுக்கு அறிமுகப்படுத்தியதும், பாரதியார் பாடல்கள், திருக்குறள் போன்றவற்றை மலிவு விலைப் பிரசுரங்களாக வெளியிட்டு ஆர்வமுள்ள அனைவருக்கும் அந்த நூல்கள் கிடைக்கும்படிச் செய்ததும் சக்தியின் மிக முக்கிய சாதனையாக மதிப்பிடலாம்.

பாரதமணி

‘பாரதமணி’ இதழின் ஆசிரியர் கா.சி.வேங்கடரமணி. தமிழ் இலக்கிய உலகின் ஆரம்பக் காலகட்டத்தில் ஆங்கிலத்திலும் தமிழிலும் எழுதிய முக்கிய எழுத்தாளர். கு.ப.ராஜகோபாலன், மஞ்சேரி ஈச்வரன், வே.ராகவன், கு.ப.சேது அம்மாள், குமுதினி உள்ளிட்ட பலர் இவ்விதழில்

சிறுகதைகள் எழுதியுள்ளனர். கா.சி.வேங்கடரமணியின் நெருங்கிய நண்பர் கு.ப.ரா. ஆங்கிலத்தில் எழுதப்பட்ட ரமணியின் சிறுகதைகள் பலவற்றைத் தமிழில் மொழிபெயர்த்தவர் கு.ப.ரா.தான். அவை 'பாரதமணி' இதழில் வெளியாகின.

தமிழில் முதல் தேசிய இயக்க நாவல் எழுதியவர் என்ற பெருமை வேங்கடரமணிக்கு உண்டு. ஆங்கிலத்தில் முதன் முதலில் நாவல் எழுதிய தமிழ் எழுத்தாளர் என்ற சிறப்பும் இவருக்கு உண்டு. இந்திய அளவில் ஆங்கிலத்தில் நாவல் எழுதிய இரண்டாவது எழுத்தாளர் இவர் (முதல் எழுத்தாளர்: பங்கிம் சந்திர சட்டர்ஜி) முல்க்ராஜ் ஆனந்த்,

ஆர்.கே.நாராயணன் போன்றவர்கள் வேங்கடரமணிக்குப் பின்னால்தான் எழுத வந்தனர்.

இலக்கிய ஆர்வம் காரணமாக, 'தமிழ் உலகு' என்னும் பத்திரிகையைத் துவங்கி நடத்தினார் ரமணி. ஆனால், பொருளாதாரச் சிக்கல்களால் அது தொடர்ந்து வெளிவரவில்லை. அதனைத் தொடர்ந்து 'பாரதமணி' என்ற பத்திரிகையை ஆரம்பித்தார். அதில் பல புகழ்பெற்ற எழுத்தாளர்கள், இலக்கியவாதிகளின் கட்டுரைகளும், சிறுகதை, கவிதைகளும் வெளியாகின. ரா.ஸ்ரீ.தேசிகன், கு.ப.ராஜகோபாலன், ந.பிச்சமூர்த்தி, கு.ப. சேதுஅம்மாள், குமுதினி, ய.மகாலிங்க சாஸ்திரி, பி.ஸ்ரீ. ஆச்சார்யா, வரகவி அ.சுப்பிரமணிய பாரதி, ரஸிகன் (என்.ரகுநாதன்), கி.சந்திரசேகரன், ஜயலக்ஷ்மி சீனிவாசன், குகப்ரியை எனப் பலரது கதைகள், கட்டுரைகள் அவ்விதழில் வெளியாகியிருக்கின்றன. பொருளாதாரச் சூழல்களால் இந்த இதழ் நின்றுபோனது.

கலைமகள் (1932)

தமிழின் முக்கிய இலக்கிய இதழான கலைமகள் 1932ல் சென்னையில் தொடங்கப்பட்டது. முன்னரே தமிழில் வெளிவந்து கொண்டிருந்த இலக்கிய இதழ்களில் இல்லாத பல புதிய செய்திகளைக் கொண்டதாக இவ்விதழ் அமைய வேண்டுமென்பதே நோக்கமாக இருந்தது. 'திரிவேணி' என்னும் ஆங்கில இதழைப் போல் இவ்விதழைக் கொண்டுவர வேண்டும் என்று ஆசிரியர் குழுவினர் விரும்பினர். ஏற்கனவே புதுச்சேரியில் இருந்து கலைமகள் என்ற ஓர் இதழ் வெளிவந்த நிலையில் அதிலிருந்து முற்றிலும் மாறுபட்டு இலக்கியம், கலை, பண்பாட்டு வளர்ச்சி ஆகியவற்றை அடிப்படையாகக் கொண்டதாக இவ்விதழ் இருந்தது.

ஆரம்ப காலத்தில் ராமச்சந்திர ஐயர் இதன் ஆசிரியராக இருந்தார். அதன் பின்னர் உ.வே.சா. அவர்களின் மேற்பார்வையில் இதழ் வெளிவந்தது. எஸ். அனவரதவிநாயகம் பிள்ளை, மு.இராகவையங்கர், டி.கே. சிதம்பரநாத முதலியார், எஸ். வையாபுரிப்பிள்ளை, கே.ஏ. நீலகண்ட சாஸ்திரி, கே.வி.கிருஷ்ணசுவாமி ஐயர், எம். லக்ஷ்மி அம்மாள், பெ.நா. அப்புசாமி போன்றோர்

இதன் கௌரவ ஆசிரியர்களாக இருந்தனர். 1936ல் கி.வா.ஜகந்நாதன் ஆசிரியர் பொறுப்பேற்று மிகச் சிறந்த இதழாகக் கலைமகளை வளர்த்தெடுத்தார்.

இலக்கியச் சிறுகதைகளுக்கு மிகுந்த வரவேற்பு அளித்தது கலைமகளில், ரா.ஸ்ரீ.தேசிகன், சங்கு சுப்பிரமணியம், கல்கி, கி.சந்திரசேகரன், குமுதினி, குகப்ரியை, சாவித்திரி அம்மாள், சரஸ்வதி அம்மாள் எனப் பலர் குறிப்பிடத்தகுந்த சிறுகதைகளை எழுதியுள்ளனர். மராட்டிய எழுத்தாளர் காண்டேகரையும் வங்க நாவாலாசிரியர்கள் பலரையும் தமிழக வாசகர்களுக்கு அறிமுகப்படுத்தியது

கலைமகள்தான். இலக்கியக் கதைகள் பலவற்றை வெளியிட்டு ஊக்குவித்ததும் கலைமகளே. மணிக்கொடியில் எழுதுவதற்கு முன்பாகவே ந.பிச்சமூர்த்தி, கு.ப.ரா., பெ.கோ. சுந்தர்ராஜன் உள்ளிட்டோரின் சிறுகதைகள் கலைமகளில் வெளியாகிவிட்டன. முன்னோடி எழுத்தாளர்கள் பலர் இதில் எழுதியிருக்கின்றனர். கலைமகள் நடத்திய நாராயணசாமி ஐயர் நாவல் பரிசுத்திட்டத்தில் பரிசு பெற்றுத்தான் அகிலன் பரவலான கவனம் பெற்றார்.

கலைமகள் இதழின் தீபாவளி மலர்கள் கலை, இலக்கியப் பெட்டகமாகத் திகழ்ந்தன.

தமிழ் இலக்கிய வளர்ச்சியில் கலைமகள் ஆற்றிய பணி குறிப்பிடத்தகுந்தது.

மேற்கண்ட இதழ்கள் மட்டுமல்லாமல் ஆனந்தபோதினி, ஆனந்த குண போதினி, பாரிஜாதம், காதம்பரி, வெள்ளிமணி, லக்ஷ்மி, திருமகள், கல்கி, ஆனந்தவிகடன், மணிக்கொடி எனப் பல இதழ்கள் சிறுகதைகள், கட்டுரைகளுக்கு இடமளித்து படைப்பிலக்கிய வளர்ச்சிக்கு உறுதுணையாக அமைந்து தமிழ் வளர்த்தன.

●

- 7 -

தமிழ் நாவல் முன்னோடி: பி.ஆர். ராஜம் ஐயர்

'....முத்துஸ்வாமி ஐயர் கதவைத் திறந்தவுடன் ராமண்ணா வாத்தியார் உள்ளே வந்தார். அவரைப் பார்த்தால் 45 அல்லது 50 வயதுக்குமேல் மதிக்கமாட்டார்கள். ஆனால் அவருக்கு சதாபிஷேகமாய் வருஷம் ஐந்து ஆகிவிட்டது. (அதாவது இப்பொழுது வயது 90) இன்னும் சிறுகுளத்தில் இவரைவிட்டு வேறொருவரை பிராமணார்த்தத்திற்குச் சொல்வதில்லை. அந்த ஊரில் ஒரு மாதத்திற்குக் குறைந்தது இருபது சிராத்தத்துக்கு மோசமில்லை. அதில் பதினெட்டுக்குக் குறையாமல் வாத்தியாருக்குக் கிடைக்கும். கலத்தில் பரிமாறும் பொழுது 'போதும்' என்று சொல்லுகிற துர்வழக்கம் அவரிடத்தில் கிடையாது. 'எவ்வளவு போட்டாலும் சாப்பிடவேண்டியது நம்முடைய கடமை' என்று அவர் சொல்லுவார். அந்த ஊர் ஜனங்களுக்கும்

அவர் பிராமணார்த்தம் சாப்பிட்டால்தான் திருப்தி. இந்தப் பிராமணர் இவ்வளவு சாப்பிடுகிறாரே, இதில் பாதியாவது நம்முடைய பிதுர்க்களுக்குக் கிடைக்காதா என்று அவர்களுக்கு எண்ணம். எதார்த்தத்தை அவர்கள் அறிந்ததில்லை. இவர் மத்தியானம் சாப்பிடுவது போதாமல், ராத்திரிப் பட்டினியாகையால், இருபது முப்பது வடையை மட்டும் தின்றுவிட்டு சுத்தப்பட்டினியாகவே இருந்துவிடுவார். உளுந்து வடைதான் அவருடைய தேகக்கட்டு விட்டுப்போகாமல் அவரைக் காப்பாற்றி வருகிறது. ஒருநாள் ஜ்வரம் என்று கீழே படுத்துக்கொள்ள வேண்டுமே! கிடையாது. வயதினால் கொஞ்சம் கூனினவர்போல் இருந்தாலும் அவர் நடை கொஞ்சங்கூட தளர்ச்சி அடையவேயில்லை. ஆற்றங்கரையில் தினந்தோறும் அவர்தான் ஓடுகால் தள்ளுகிறது வழக்கம்.'

படிக்கும்போதே புன்னகையை வரவழைக்கக் கூடிய, இன்றைக்கும் படித்தாலும் எளிதில் புரிந்துகொள்ளக் கூடியதாக உள்ள மேற்கண்ட வரிகள் இடம் பெற்ற நாவல் 'கமலாம்பாள் சரித்திரம்.' இன்றைக்குச் (2022) சுமார் 129 ஆண்டுகளுக்கு முன்பு (1893ல்) வெளியான இந்நாவலை எழுதியவர்: பி.ஆர். ராஜம் ஐயர். 'நாளதுவரையில் வெளியான நாவல்களுள் எது தலைமை ஸ்தானம் வகிக்கிறது என்று கேட்டால் 'கமலாம்பாள் சரித்திரம்' என்று கூசாமல் சொல்லிவிடலாம். கமலாம்பாள் சரித்திரத்தின் வழியேதான் தமிழ் நாவல் சுடர் விட்டுக் கொண்டு போகிறது' — இப்படிப் பாராட்டியிருப்பவர் எழுத்துலகப் பிதாமகர் ந.பிச்சமூர்த்தி. 'கமலாம்பாள் சரித்திரம் என்ற ஒரே நாவலின் மூலம் சென்ற நூற்றாண்டின் சிறந்த நாவலாசிரியர் என்ற புகழ் ஒரு முகமாகக் கிடைக்கப் பெற்ற நாவலாசிரியர் பி.ஆர். ராஜமய்யர். இந்த நாவலின் முதல் பதிப்பு அவர் காலத்திலேயே வெளிவந்திருக்கிறது. கமலாம்பாள் நாவலுக்குப் பிறகு அதோடு ஒப்பிடக்கூடிய தமிழ் நாவல் இன்னும் வரவில்லை.' – இப்படிப் பாராட்டாகத் தனது கருத்தைப் பகிர்ந்திருப்பவர் சி.சு. செல்லப்பா. சுவாமி விவேகானந்தர், பாரதியார் துவங்கி மேல்நாட்டுத் தமிழறிஞர் கமில் சுவலபில் வரை பலராலும்

பாராட்டப்பெற்ற இந்நாவலை எழுதியிருக்கும் பி.ஆர். ராஜம் ஐயர் வாழ்ந்தது வெறும் 26 ஆண்டுகள். இலக்கிய உலகில் பயணித்ததோ வெறும் ஐந்தே ஆண்டுகள்தான். ஆனால், அதற்குள் அவர் செய்திருக்கும் சாதனைகள் என்றும் வியந்து போற்றத்தக்கவை.

இன்றைக்குச் சுமார் 125 ஆண்டுகளுக்கு முன்னால் 'அநியாய அபவாதம் அல்லது கமலாம்பாள் சரித்திரம்' என்ற தலைப்பில் விவேக சிந்தாமணி மாத இதழில் தொடராக வெளிவந்த இந்நாவல், பின்னர் 'ஆபத்துக் கிடமான அபவாதம் அல்லது கமலாம்பாள் சரித்திரம்' என்ற தலைப்பில் 1896ல் நூலாக வெளியானது.

ராஜம் ஐயர் எழுத்தாளர் ஆனதே ஒரு சுவையான வரலாறுதான். ஐயர், 1872ம் ஆண்டில், வத்தலகுண்டில் பிறந்தார். பள்ளிக்கல்வியை நிறைவு செய்ததும் உயர் படிப்பாகிய எஃப்.ஏ.வை, மதுரை பாண்டித்தியப் பாடசாலையில் சேர்ந்து பயின்றார். அதை நிறைவு செய்ததும் சென்னை கிறித்துவக் கல்லூரியில் பி.ஏ. வகுப்பில் சேர்ந்தார். தமிழ், ஆங்கிலம் இரண்டிலும் முழுமையான தேர்ச்சி பெற்றார். வித்வான் பூண்டி அரங்கநாத முதலியார் இயற்றிய கச்சிக்கலம்பகத்தின் பாடல்களுக்கு விளக்கவுரை ஒன்றை கல்லூரி இதழுக்காக எழுதினார். அதுவே அச்சில் வந்த இவரது முதல் படைப்பு. அக்கட்டுரையே இவரது திறமையை பலரும் அறியக் காரணமானது. கல்லூரி நூலகத்தில் இவர் வாசித்த ஷேக்ஸ்பியர், ஷெல்லி, வேர்ட்ஸ் வெர்த், டென்னிசன் போன்றோரது படைப்புகள் கவிதா ஆர்வத்தைத் தூண்டின. கம்பனின் பாடல்கள் மிகவும் கவர்ந்தன. இந்நிலையில் அவருக்குத் திருமணமானது. குடும்பம் சென்னைக்குக் குடிபெயர்ந்தது.

பி.ஏ. படிப்பை நிறைவு செய்ததும், தொடர்ந்து சட்டம் பயில்வதற்காக சென்னை சட்டக் கல்லூரியில் சேர்ந்தார் ஐயர். ஆனால், இறுதித் தேர்வில் வெற்றி பெறவில்லை. அந்தத் தோல்வி இவரை நிலைகுலையச் செய்தது. ஏற்கனவே அதிக சங்கோஜம் கொண்டவராகவும், தனிமை உணர்ச்சி கொண்டவராகவும் இருந்த ஐயர், மேலும் தன்னுள் ஒடுங்கினார். விரக்தி அடைந்த நிலையில் இருந்த இவருக்குத் தாயுமானவரின் நூல் தொகுப்பு கிடைத்தது.

அது இவரது உள்ளத்தில் புதியதோர் எழுச்சியைத் தோற்றுவித்தது. எது நிலையானது, எது நிலையற்றது, வாழ்வதற்கு என்ன தேவை என்பதையெல்லாம் ஆராய்ந்து சிந்தித்து உணர்ந்தார். கைவல்லிய நவநீதம், தத்துவராய சுவாமிகளின் பாடல்கள் போன்றவை இவரது உள்ளத்தை ஞான மார்க்கத்தில் செலுத்தின. இவர் திருவல்லிக்கேணியில் வசித்து வந்தார். தனக்கான குருவைத் தேடி அலைய ஆரம்பித்தார். இவரது வீட்டிற்கு அருகே இருந்த ஓர் ஆலய மண்டபத்தில் அவ்வப்போது ஒரு சந்நியாஸினி ஆன்மிகச் சொற்பொழிவாற்றி வந்தார். அவ்வழியாக ஒருநாள் சென்ற ஐயர் அதனைக் கேட்டார். அதுமுதல் தவறாது அந்தச் சொற்பொழிவிற்குச் செல்ல ஆரம்பித்தார். அது இவரது உள்ளத்துள் மேலும் ஞான வேட்கையைத் தூண்டியது.

ஒருநாள் சொற்பொழிவு முடிந்ததும் அந்த சந்நியாஸினையை வணங்கி நமஸ்கரித்து, தனக்கு எப்போது ஞானம் உண்டாகும், அதனைப் பெற என்ன செய்ய வேண்டும் என்று கேட்டார். 'இளம் வயதுள்ள ஓர் இளைஞர் இவ்வாறு கேட்கிறாரே என்று வியந்து மகிழ்ந்த அந்த சந்நியாஸினி, அவருக்கு வேதாந்த உண்மைகள் சிலவற்றை எடுத்துரைத்து, தன் கையை அவர் தலை மீது வைத்து ஆசிர்வதித்தார். மிகப் பெரிய பேரொளி ஒன்று தன்னைச் சூழ்வதை உணர்ந்தார் ஐயர். ஆன்மிகப் பரவச நிலையை அடைந்தார். அது முதல் அவர்தம் வாழ்க்கை மாறிப் போனது. அடிக்கடித் தனிமையில் இருக்கலானார். எப்போதும் ஏகாந்தமாக அமர்ந்து சிந்தித்துக் கொண்டிருப்பது வழக்கமானது. மனைவி, தந்தை போன்ற உறவினர்களிடம் பேசுவதைக் குறைத்துக் கொண்டார். அவர்களோ, இவரது உண்மை நிலையை அறியாது சித்தப்பிரமை ஏற்பட்டு விட்டதாகக் கருதி வருந்தினர்.

ராஜம் ஐயரின் நண்பர் ஒருவர் 'பிரம்மவாதின்' என்ற பத்திரிகையில் பணியாற்றி வந்தார். அவர் ஐயரை ஒரு கட்டுரை எழுதித் தருமாறு கேட்டார். ஐயரும் அதற்கு உடன்பட்டு 'Man his Littleness and Greatness' (மனிதன் — அவன் தாழ்வும் ஏற்றமும்) என்ற தலைப்பில் ஆங்கிலத்தில் ஒரு கட்டுரை எழுதித்தந்தார். அது பிரசுரமானது

அக்கட்டுரை அவரது ஆன்மிக அனுபவத்தின் சாரமாக இருந்தது. உள்ளார்ந்த ஆன்மிகத் தேடலே கட்டுரையாகப் பரிணமித்திருந்தது எனலாம். அவருக்கிருந்த வேதாந்த அறிவு அந்தக் கட்டுரையில் வெளிப்பட்டிருந்தது. அக்கட்டுரைக்கு நல்ல வரவேற்புக் கிடைத்தது. அதனைத் தொடர்ந்து 'விவேக சிந்தாமணி' இதழுக்கு எழுதும் வாய்ப்பு வந்தது. அதுதான் 'கமலாம்பாள் சரித்திரம்'.

அதைத் தொடராக எழுதிக் கொண்டிருக்கும்போதே குரு சாந்தானந்த சுவாமிகளைச் சந்தித்தார். அவரிடமிருந்து தீக்ஷை பெற்றார். குரு உபதேசம் பெற்று, தனது ஆன்மிக, தியான, யோக மார்க்க முறைகளைப் பயின்று வந்தார். அந்த அனுபவங்களையும், தனது ஞான, வேதாந்தக் கருத்துக்களையும் ஆங்காங்கே நாவலில் எழுதி வந்தார் ராஜம் ஐயர். தமிழில் வெளியான முதல் நீண்ட தொடர்கதை; தமிழில் முதன்முதலில் பெண்ணை மையப் பாத்திரமாக வைத்து, பெண்ணின் தலைப்பைச் சூட்டி எழுதப்பட்ட முதல் நாவல்; ஆங்கில நடையின் தாக்கமின்றி எழுதப்பட்ட யதார்த்தமான முதல் தமிழ் நாவல்; தமிழில் தத்துவம் பற்றிப் பேசிய முதல் நாவல்; இரு தலைப்புகள் கொண்ட முதல் நாவல் என்பது உட்பட பல்வேறு சிறப்புகளை உடையது கமலாம்பாள் சரித்திரம். 'கமலாம்பாள் சரித்திரம்' மட்டுமல்ல; சூரியனைப் பற்றி, சந்திரனைப் பற்றி, ஹிந்துமதத் தத்துவங்களைப் பற்றியெல்லாம் பல கட்டுரைகளை ராஜம் ஐயர் விவேகசிந்தாமணியில் எழுதியிருக்கிறார். பி.ஆர். சிவசுப்ரமண்ய ஐயர் என்ற புனை பெயரிலும் சில கட்டுரைகளை எழுதியிருக்கிறார். 'இந்தியாவின் ஞானிகள்' என்ற தலைப்பில் சுவாமி விவேகானந்தரின் பேச்சை அவர் தொடர் கட்டுரையாக எழுதியிருப்பது குறிப்பிடத்தக்கது.

இக்காலக்கட்டத்தில் அவருக்கு சென்னை வந்த சுவாமி விவேகானந்தரைச் சந்திக்கும் வாய்ப்புக் கிடைத்தது. சுவாமிகளால் ஆசிரிவதிக்கப்பட்டவர், அவர் தொடங்கிய 'பிரபுத்த பாரதா' இதழின் ஆசிரியராகப் பொறுப்பேற்றுக் கொண்டார். அதில் தனது இயற்பெயரிலும் டி.சி. நடராஜன், ரங்கநாத சாஸ்திரி என பல்வேறு புனை பெயர்களிலும் தத்துவ, வேதாந்த, புராண, சமய விசாரணைக் கட்டுரைகளை எழுதினார்.

அநியாய அபவாதம் அல்லது கமலாம்பாள் சரித்திரம்.

மதுரைஜில்லாவில் சிறுகுளம் என்ற ஒருகிராமம் உண்டு. அந்தகிராமத்தின் நடுத்தெருவின் மத்தியிலே பெரிய வீடென்று பெயருள்ள ஒரு வீடு இருந்தது. அந்தவீட்டில் கூடத்திற்கு அடுத்த ஓர் அறையில் கீழே ஒரு கோரைப்பாய் விரித்து அதன்மேல் ஒரு திண்டுபோட்டுச்சாய்ந்துகொண்டு ஒருவர்படுத்திருந்தார். அவர் நித்திரைதெளிந்து எழுந்திருந்தவுடன், 'ஆ, சம்போ, சங்கரா' என்று இரண்டுதடவை உரக்கக்கொட்டாவிவிட்டு விட்டு, காலைச்சொரிந்து கொண்டு, 'அடியே அடியே' என்று கூவினார். அப்பொழுது கூடத்தில் இரவிக்கை தைத்துக்கொண்டிருந்த அவர் மனைவி இவர்குரல் காதில்கேட்டவுடன் இரண்டு முறை இருமிவிட்டு மௌனமாய் இருந்தாள்.

அதற்குள்படுத்திருந்த பிராமணர்'அடியே,உன்னைத்தானடி, அடியே' என்று மறுபடியும் அழைத்தார்.

அதற்கு அந்தஅம்மாள் கோபித்தவள்போல பாவனைசெய்துகொண்டு இங்கே அடியையும் காணோம், நுனியையும் காணோம், அடியாம், அடிக்கவேண்டியதுதான்,காசுகொடுத்துச்சந்தையில் வாங்கினாற்போல்தான். இனிமேல், அப்படிச்சொல்லுங்கள், வழி சொல்லுகிறேன்.' என்றுபரிகாசமாய்ச் சொன்னாள்.

அதற்கு அவர், 'சூ, சூ, எவ்வளவடா'. என்று சொல்லிவிட்டு, 'துரைமகளானாலும் பாரி உரியவனு-

நடராஜர், ஸ்ரீரங்கநாதர் ரூபத் தத்துவம் குறித்து இவர் அதில் எழுதியிருக்கும் கட்டுரைகள் முக்கியமானவை. நந்தனார், ஆளவந்தார், தத்துவராயர், ஜயதேவர், வாயிலார் நாயனார், புத்தர், ராமகிருஷ்ண பரமஹம்சர் ஆகியோரது வாழ்க்கையைச் சுருக்கமான வரலாறாக எழுதியிருக்கிறார். அவை இவரது மேதைமையை, ஆழமான அறிவை வெளிப்படுத்துபவையாக அமைந்துள்ளன. மட்டுமல்லாமல் அதில் பல ஆன்மிகச் சிறுகதைகளையும், நூற்றுக்கணக்கான கட்டுரைகளையும் எழுதியுள்ளார்.

அவ்விதழில் 'True Greatness or Vasudeva Sastri' என்ற தலைப்பில் இவர் ஆங்கிலத்தில் எழுதிய தொடர் நாவல் மிக முக்கியமானது. சுமார் 20 வாரங்கள் வெளியான அந்த நாவல் ராஜம் ஐயருக்கு ஏற்பட்ட திடீர் உடல்நலக்குறைவால் முற்றுப்பெறாமல் நின்றுவிட்டது. அந்த வகையில் ஆங்கிலத்தில் நாவல் எழுதிய, தொடர்கதை எழுதிய தமிழின் முதல் எழுத்தாளர் பி.ஆர். ராஜம் ஐயர்தான்.

வசுதேவ சாஸ்திரி

பிரபுத்த பாரதாவில் அவர் ஆசிரியராக இருந்த அதே காலக்கட்டத்தில்தான் சீதையின் பெருமையை விளக்கும் 'சீதை' என்ற தொடரை விவேக சிந்தாமணியில் அவர் எழுத ஆரம்பித்தார். கம்பனின் கவிச்சிறப்பையும், சீதையின் பெருமையையும் ஜானகி, நடராஜன் என்ற இருவர் வியந்து உரையாடுவது போல் அமைக்கப்பட்டிருந்த 'சீதை' கட்டுரைதான் கம்பராமாயணம் பற்றி வெளியான தமிழின் முதல் இலக்கியத் தொடராகும். கம்பனைப் பற்றி முதன்முதலில் தமிழில் விரிவாக ஆராய்ந்தவர் என்று சொல்லப்படும் வ.வே.சு. ஐயருக்கு முன்பாகவே கம்பராமாயணத்தை அறிமுகப்படுத்தி ஒரு தொடர் கட்டுரையை எழுதியவர் ராஜம் ஐயர்தான். ராஜம் ஐயரின் கட்டுரை வெளியான போது வ.வே.சு. ஐயருக்கு வயது 13தான்.

ராஜம் ஐயர் அத்தொடரை எழுத ஆரம்பித்தது ஜனவரி 1896ல். ஆனால், எட்டு அத்தியாயங்கள் மட்டுமே

கொண்ட அக்கட்டுரைத் தொடர் நிறைவுற்றது ஜனவரி 1898ல்தான். தொடர், மாதா மாதம் தொடர்ச்சியாக வெளியாகவில்லை. காரணம், ராஜம் ஐயருக்கு இடையில் ஏற்பட்ட உடல்நலக்குறைவும், தொடர் சிகிச்சைகளும்தான். பிரபுத்த பாரதாவில் பணியாற்றியதால் ஏற்பட்ட நேர நெருக்கடியும் ஒரு முக்கியக் காரணமானது. ஆனால், விவேக சிந்தாமணியில் அதுவே அவரது இறுதி எழுத்தாக அமைந்து விட்டது. அதற்குப் பிறகு ராஜம் ஐயர் அதில் எழுதவில்லை. மட்டுமல்ல; அதிக காலம் உயிரோடும் இருக்கவில்லை.

தனது ஆன்மிக வேட்கை காரணமாக ராஜம் ஐயர் தனது உடலை சரிவரப் பராமரிக்கவில்லை. அதனால் இரைப்பை மற்றும் குடல் சிக்கல் நோய் உண்டானது. இவர் பணியாற்றிய பிரபுத்த பாரதா இதழும், அதற்குப் பின்புலமாக இருந்த செல்வந்தர்களும் நிதி உதவி செய்து, தகுந்த சிகிச்சை அளித்து அவரை மீட்டனர். என்றாலும், அது நீண்ட நாள் நீடிக்கவில்லை. சில மாதங்களிலேயே நோய் உடலுள் பலவாறாகப் பெருகி, சிறுநீரகப் பழுது உட்பட பல நோய்களாகப் பரிணமித்தது. இறுதியில் சிகிச்சை பலனளிக்காமல், மே 13, 1898ல் தனது 26ம் வயதில் காலமானார் ராஜம் ஐயர்.

தனது பெயர் கடல் கடந்து பரவ வேண்டும் என்ற ஆசை ராஜம் ஐயருக்கு இருந்தது. அது பிற்காலத்தில் சாத்தியமாயிற்று. க.நா.சுப்ரமணியன் கமலாம்பாள் சரித்திரத்தை ஆங்கிலத்தில் மொழிபெயர்த்தார். செக் மொழியில் கமில் சுவலபில் மொழிபெயர்த்தார். பிற்காலத்தில் ஸ்டூவர்ட் ப்ளாக் பெர்ன் (Stuart Blackburn) அவர்களும் இந்நூலை 'The Fatal Rumour' என்ற தலைப்பில் ஆங்கிலத்தில் மொழிபெயர்த்தார். ஆக்ஸ்ஃபோர்டு யுனிவர்சிடி ப்ரெஸ் அதனை வெளியிட்டது. ராஜம் ஐயர் பிரபுத்த பாரதாவில் எழுதிய கட்டுரைகள் தொகுக்கப்பட்டு 'Rambles in Vedanta' என்ற தலைப்பில் 900 பக்கங்கள் கொண்ட நூலாக வெளியாகியுள்ளது.

True Greatness or Vasudeva Sastry.

BY T. C. NATARAJAN.

CHAPTER I.

WHAT! Have not Ramaswamy Aiyer, Muthuswamy, Subbiah, Venkateswara Aiyer—have not all these come? You fool, why don't you go and bring them man? I have never seen a bigger fool than you. Run out and fetch them man, said a voice in a way which showed that it was accustomed to be obeyed. 'I, I, I, I, we-we-we-went and ca-and, ca-and called them. They said, they, they, they—' 'Stammer out' impatiently exclaimed the first voice again 'stammer your life out you rascal. Run out and fetch them, I say. Then you may be stammering all day long': and Muthu, otherwise called Mottai (the bald-headed) at once ran out stammering. The voice, that commanded him belonged to Mr. Narayana Aiyer the great Deputy Collector of Madura, now enriched with a prefix Dewan Bahadur and a suffix C. I. E.—for some services, 'signal' as they were called, during a recent famine but more through the favor of the Government Gods. You *must* certainly have heard of Dewan Bahadur S. Narayana Aiyer, C. I. E., (otherwise there is no excuse for you, and not to know him argues yourself unknown) whose name appeared so many times in print in the *Fort St. George Gazette* itself whenever he was transferred or given privilege leave, who was every year freshly he was princely in his charities to the Brahmins and had, by public subscriptions and so forth, built many chattrams and hospitals. All these made him very popular. Besides he was a man of large sympathies and noble sentiments and there was for him, as we shall see, a grand future, which many might envy.

After sending away Mottai, he went inside the house and there finding Vasudeva Sastry performing puja in his usual grand style, said 'Vasu, enough, close your shop soon; people are waiting. To-day is not like other days: go on, finish the business soon; look sharp.' But what was the importance of that day, that even the gods should be so summarily dismissed? Narayana Aiyer was giving a feast that day to his friends in honor of the alphabets newly affixed to his name. It was a grand gala-day with sumptuous entertainment and music and other festivities, and the host was really elated with joy, at the happening of so great an event in his life and heartily spoke to his friends, of the causes that brought it about,—how his fame and ability had attracted the notice of his Excellency the Governor, how eagerly he was sent for, how respectful and kind the interview was, how dexterously he managed it, how much his Excellency was struck with the nobility of his character, the high type of his intellect, his eloquence and his statesmanship, and very much more in the same strain Indeed, it was his opinion, and his friends too shared in it,—that, if ever there was any great man, he was one. It was difficult for him to think of himself as anything less than a Dewan Bahadur, C. I. E. When he went to bathe, there he was a C. I. E. When eating, again was

தமிழ் எழுத்தாளர்களும், இலக்கிய உலகமும் மறக்கக் கூடாத இலக்கிய முன்னோடி பி. ஆர். ராஜம் ஐயர்.

ராஜம் ஐயரின் 'சீதை'

ராமர் விசுவாமித்திருடன் சென்று அவருக்கு உதவியாக இருந்து, அரக்கிகளைக் கொன்று, யாகத்தைக் காத்துப் பின் ஜனகனின் அரண்மனைக்குச் சென்று சிவ தனுசை முறித்து சீதையை மணம் புரிகிறார். பின் மிதிலைக்குப் புறப்படுகிறார். செல்லும் வழியில் பரசுராமர் வருகிறார். அவரைக் கண்டு அஞ்சிய தசரதர் அவர் காலில் விழுந்து வேண்டுகிறார். காரணம், க்ஷத்திரியர்களை முற்றிலுமாக அழிப்பேன் என்று விரதம் பூண்டிருக்கும் பரசுராமர் தங்களையும் (தான் மற்றும் இராமன்) கொன்று விடுவானோ என்ற அச்சம்தான். ராஜம் ஐயர் எழுதுகிறார், 'கல்யாண தீட்சையில் இருப்பவர்களைக் கொல்வது கூடாததால் அவர் (பரசுராமர்) அயோத்தியை நோக்கிவரும் பொழுதெல்லாம் தசரதர் நூதனமாக ஒவ்வொரு கல்யாணம் செய்துகொண்டு விடுவது வழக்கம். அது காரணம் பற்றியே அவருக்கு அறுபதாயிரம் மனைவியர். இத்தருணம் அவர் திடீரென்று வந்துவிட்டபடியால் கல்யாண தீட்சையிலிருக்கக் கூடாது போயிற்று. ஆதலால் தன் விர்த்தாப்பியத்தைக் காட்டியாவது உயிர்பிச்சை பெறலாமென்று அவர் பரசுராமரைச் சரண்புகுந்தார்' என்கிறார்.

ஆனால் பரசுராமர், தசரதரைச் சட்டை செய்யவில்லை. வயதானவர் என்பதாலோ அல்லது இனிமேல் எல்லாமே

'ராமன்'தான் என்பதை அறிந்ததாலோ என்னவோ அவர் நேரடியாக ராமர் முன் சென்று நின்று கர்ஜிக்க ஆரம்பித்தார். அவர் செருக்கை அடக்கி அவரது 'விஷ்ணு தனுசை'நாணேற்றி வென்றான் ராமன். பரசுராமர் காட்டுக்கு போய் விட்டார். இதனை விரிவாக விளக்கியிருக்கிறார் ராஜம் ஐயர்.

நடராஜன், ஜானகி என்ற இரு பாத்திரங்கள் சீதையின் பெருமையைப் பேசுவதாக இந்தத் தொடர் கட்டுரையைப் படைத்திருக்கிறார் ஐயர். ஜானகி சொல்கிறாள், 'என்னை சீதையுடன் ஒப்பிடாதீர்கள். சீதை கஷ்டப்படத்தான் பிறந்தாள்' என்கிறாள். அதற்கு நடராஜன் மறுமொழியாக, 'சீதைக்குச் சமானமாக யாருண்டு? அவளுடைய சரித்திரத்தைக் கேட்டுக் கொண்டிருந்தாலே அழியாத புண்ணியமுண்டு' என்று சொல்லி அவளது புகழைப் பலவாறாகச் சொல்ல ஆரம்பிக்கிறான்.

'புருஷன் ராஜ்யத்தை யிழந்துவிட்டான், காட்டுக்குப் போக வேண்டியவனாய் விட்டான் என்றதற்காக அவள் வருத்தப்படவில்லையாம். ஆனால், நான் போய் வருகிறேன். நீ துக்கப்படாமல் இங்கேயிரு' என்று ராமன் சொன்ன கொடியசொல் அவள் காதில் நெருப்புப் போல் பட்டதாம். பட்டாபிஷேகம் தடைபட்டுப் போய்விட்டது, ராஜ்யத்தை ராமன் இழக்க வேண்டி வந்துவிட்டது என்று அவளுக்குக் கொஞ்சம் கூடக் கவலையில்லை. கோசலை, லெட்சுமணன் இவர்களெல்லாருங் கூட இப்படி கஷ்டம் நேரிட்டதே என்று துக்கத்தையும் கோபத்தையுமடைந்தார்கள். ஆனால், சீதையோ, அவளது பெருந்தன்மையின் விசேஷமது, கொஞ்சம்கூட அதற்காகக் கைகேசியைக் கோபிக்கவுமில்லை; தனக்காகவும் ராமனுக்காகவும் துக்கப்படவுமில்லை. அவள், ராமன் இரண்டுபேர் தவிர மற்றவர்கள் எல்லாருக்கும் கைகேசியைக் கொன்று விடோமோ என்று கோபம், பிர்ம்ம ஞானியாகிய வசிஷ்டருக்குக் கூடக் கோபம். ஆனால், சீதை அவளை நிந்தித்து ஒரு வார்த்தையாவது சொன்னவளல்லள். அவளை நினைக்குந்தோறும் எனக்குக் கண்ணீர் வருகிறது' என்கிறான் நடராஜன்.

ஜானகி அதைக் கேட்டு ஆச்சரியப்படுகிறாள்.

காட்டுக்குத் தன்னுடன் வரக் கூடாது என்று ராமன் வாதம் செய்ய, அவனுடன் எதிர்வாதம் செய்து தானும் மரவுரி தரித்து அவன் முன் வந்து நிற்கிறாள் சீதை. அப்போதும் ராமன், 'காட்டுக்கு நீ வந்தால் உன்னால் எல்லையில்லாத துன்பம் ஏற்படும்'என்று சொல்லித் தவிர்க்கப் பார்க்க, உடனே சீதை, குயில் போலச் சினந்து, 'உற்று நின்ற துயரம் இது ஒன்றுமே? என் துறந்த பின், இன்பம் கொலாம்?' என்கிறாள். உடனே அதற்கு மறுமொழி

ஏதும் சொல்ல இயலாத ராமன் அவளையும் கூட்டிக் கொண்டு காட்டுக்குப் புறப்படுகிறான். இதனை 'ராமனும் சீதையும் காட்டுட் புகுந்ததைக் கம்பர் ஒரு கலியாணம்போல வர்ணித்திருக்கிறார்' என்று நடராஜன் கூற்றாகச் சொல்லித் தொடர்கிறார் ஐயர்.

சீதையின் பெருமையை, அவள் பெருந்தன்மையை, அன்பை, பணிவை, அடக்கத்தை, அசோகவனத்தில் சிறைப்பட்டுத் தவித்த தவிப்பை என கம்பனின் பாடல்களிலிருந்தும், வால்மீகியிலிருந்தும் எடுத்துக் காட்டி அவள் பெருமையை நிறுவுகிறார். அதிலும் குறிப்பாக ராமன் முன் அவள் அக்னிப் பிரவேசம் செய்யும் காட்சியை மிக அழகாகக் காட்சிப்படுத்தியிருக்கிறார். பி.ஸ்ரீ. ஆச்சார்யாவின் 'கம்பசித்திரங்கள்' கட்டுரைகளுக்கு முன்னோடியாக இக்கட்டுரைகள் அமைந்துள்ளன எனலாம்.

கடைசியில் கட்டுரையின் இறுதியில் ஜானகி, 'எந்தயுகத்திலும் எந்தக் காலத்திலும் எந்த தேசத்திலும் இனிமேல் சீதையைப் போல ஸ்திரீரத்தினம் உண்டாகப் போகிறாளா, அவளை உத்தேசித்து ராமர்கூட சர்வ சாதாரணமாகத் தோன்றுகிறார். புராணாதிகளில் நாம் கேள்விப்படுகிற மற்ற ஸ்திரீகள் ஒருவரும் அவளுக்கு ஈடில்லை. அவளுடைய அழகும் குணமும் மற்றப் பெருந்தன்மையும் விநயமும் அன்பும் கருணையும்! – இவ்வளவு குணங்கள் யாரிடத்தில் நாம் காணக் கூடும்!' என்று புகழ்ந்துரைக்கிறாள்.

இறுதியில் நடராஜன் கூற்றாக, 'நாம் அந்த சாசுவதமான புகழையுடைய சீதையைப் பற்றிப் பேசக் கூடச் சக்தியுள்ளவர்களல்ல. 'ஓசைபெற்றுயர் பாற்கடலுற்றொரு பூசை முற்றவும் நக்குபு புக்கென' அதாவது 'அலைகளை வீசி ஆரவாரித்து விளங்குகின்ற திருப்பாற்கடலை ஒரு சிறிய பூனை போய் முழுவதும் குடிக்க எத்தனித்தது போலிருக்கிறது தான் ராமாயணம் பாடியது' என்று கவிச்சக்கரவர்த்தியாகிய கம்பரே சொல்லியிருக்க நாம் ராமன், சீதையைப் பற்றி வாய்திறந்து பேசவாவது யோக்கியதை உடையவர்களோ!'

– என்று சொல்லிக் கட்டுரையை முடித்திருக்கிறார் பி. ஆர். ராஜம் ஐயர்.

பி. ஆர். ராஜம் ஐயர் எழுதிய கட்டுரைகள் அனைத்தும் முழுமையாகத் தொகுக்கப்பட வேண்டும். அவருடைய 'வாசுதேவசாஸ்திரி' ஆங்கில நாவல் தமிழில் மொழி பெயர்க்கப்பட வேண்டும். அதற்கான காலம் கனிந்திருக்கிறது என்றுதான் தோன்றுகிறது.

●

- 8 -

தமிழ் நாவல் ராணி – வை.மு.கோதைநாயகி

அடுப்பூதும் பெண்ணுக்குப் படிப்பெதற்கு, வீட்டுக்குள்ளே பெண்ணை பூட்டி வைத்து அழகு பார்ப்பதே அறிவு என்றெல்லாம் சூழல்கள் நிலவிய அந்தக்காலத்தில், சமூகத்தின் அனைத்துத் தடைகளையும் தகர்த்தெறிந்து, சாதிக்கப் பிறந்தவள் பெண் என்பதை தனது வாழ்க்கை மூலம் நிரூபித்துக் காட்டியவர் வை.மு.கோதைநாயகி. வைத்தமாநிதி முடும்பை கோதைநாயகி என்னும் வை.மு.

கோதைநாயகி, சென்னை திருவல்லிக்கேணியில் நீர்வளூர் வெங்கடாச்சாரி, பட்டம்மாள் தம்பதியருக்கு டிசம்பர் 1, 1901 அன்று மகளாகப் பிறந்தார். வைத்தமாநிதி என்பது குடும்பத்துக் குலதெய்வத்தின் பெயர். முடும்பை என்பது பூர்வீக ஊரான 'திருக்கோளூர்' என்பதன் மறு பெயர். பாரம்பரியமான வைணவக் குடும்பம். தனக்கு ஒரு வயதாகும்போது தாயை இழந்தார் கோதை. சிற்றன்னை கோதையை வளர்க்கும் பொறுப்பை ஏற்றுக் கொண்டார். பெண்கள் வெளியிடங்களுக்குச் சென்று படிக்கக் கூடாது என்ற அக்காலச் சூழலால் கோதைநாயகி பள்ளிக்கு அனுப்பப்படவில்லை.

சக பெண்களுடன் விளையாடித் திரிவதும், அவர்களுக்குக் கதைகள் சொல்லி மகிழ்வதும் கோதைநாயகியின் பொழுதுபோக்காக இருந்தது. தன்னையொத்த குழந்தைகளிடம் தான் தந்தையிடம் இருந்து கேட்ட ராமாயணம், மகாபாராதம், பாகவதம் போன்றவற்றிலிருந்தும், விக்கிரமாதித்தன், தெனாலிராமன் கதைகள் போன்றவற்றிலிருந்தும் கதைகளைச் சொல்லுவார். நாளடைவில் புதிது புதிதாகத் தானே கற்பனை செய்து கதை கூறும் ஆற்றல் கை வந்தது.

அக்காலத்தில் பால்ய விவாகம் சகஜம் என்பதால், 1907ம் ஆண்டில், ஐந்து வயதான கோதைநாயகிக்கு ஒன்பது வயதான சிறுவன் வை.மு.பார்த்தசாரதியுடன் திருமணம் நடந்தது. ஆண்டாளின் திருப்பாவை, நாச்சியார் திருமொழி போன்றவற்றை ஏற்கனவே அறிந்திருந்த கோதைநாயகி, கணவரின் உறுதுணையுடன் நாலாயிர திவ்யப்பிரபந்தம், திருவாய்மொழி, பாசுரங்கள் என அனைத்தையும் வாய்மொழி மூலமாகவே கற்றுத் தேர்ந்தார். மாமியாரிடமிருந்து தெலுங்கு மொழியைப் பேசவும், எழுதவும் கற்றுக்கொண்டார். மீதி நேரத்தில் சிற்றப்பா திருத்தேரி ராகவாச்சாரியாரிடமிருந்து நாலடியார், தேவாரம், திருவாசகம், கம்பராமாயணம், திருவாய்மொழி போன்ற தமிழ் இலக்கியங்களைக் கற்றுத் தேர்ந்தார்.

திருமணத்திற்குப் பின் அவரது கதை கூறும் ஆற்றல் மென்மேலும் வளர்ந்தது. மனைவியின் கதை கூறும்

திறனை அறிந்து கொண்ட கணவர் பார்த்தசாரதி, அதனை மேலும் ஊக்குவித்தார். கோதைநாயகியை வெளியிடங்களுக்கு நாடகம் பார்ப்பதற்கு, இசை கேட்பதற்கு அழைத்துச் செல்லத் தொடங்கினார். அதன் மூலம் பெற்ற அனுபவங்களும், இயல்பான ஆர்வமும் கற்பனை வளமும் கோதைநாயகியை எழுதத் தூண்டின. ஆனால் அவருக்குத் தமிழில் எழுதவோ, படிக்கவோ தெரியாது என்பதால், தனது தோழியான பட்டம்மாளிடம் கதையை வாய்மொழியாகச் சொல்லச் சொல்ல அவர் அதனை எழுதினார். அப்படி உருவானதுதான் கோதைநாயகியின் 'இந்திரமோகனா' என்னும் முதல் படைப்பு. 1924ம் ஆண்டு நோபில் அச்சகம் அந்நூலை வெளியிட்டது. சுதேசமித்திரன், இந்து, நியூ இந்தியா போன்ற பத்திரிக்கைகள் அதைப் பாராட்டி எழுதின. தமிழ் இலக்கிய வரலாற்றில், அதுவும் தமிழை எழுதப் படிக்கத் தெரியாத ஒரு பெண் எழுதிய முதல் படைப்பு என்ற சிறப்பினைப் பெற்றது 'இந்திரமோகனா.'ஆனால் மக்கள் மத்தியில் அதற்கு வரவேற்பை விட எதிர்ப்பே அதிகம் இருந்தது. காரணம், அதை எழுதியது ஒரு பெண் என்பதால்தான். அக்காலச் சமூகம் கோதைநாயகியின் முயற்சிகளுக்கு ஆதரவுக் கரம் நீட்டவில்லை.

அப்போது கோதைநாயகிக்கு 23 வயதுதான். தான் சொல்லச் சொல்ல பட்டம்மாள் எழுதுவதை விடத் தானே எழுதினால் அது படைப்பிற்கு மேலும் வலு சேர்க்கும் என்று எண்ணியவர், தோழியான பட்டம்மாள் மூலம் தமிழைப் பிழையறக் கற்றுக் கொண்டார். நல்ல மொழி ஆளுமையை வளர்த்துக் கொண்ட கோதைநாயகிக்கு சமூக மறுமலர்ச்சிக்கும், பெண்கள் முன்னேற்றத்துக்கும் ஏதாவது செய்ய வேண்டும் என்ற எண்ணம் முகிழ்த்தது. தானே சிறு சிறு கதைகளை எழுதத் தொடங்கினார். கோதைநாயகியின் கதைகளை விரும்பிப் படித்த வடுவூர் துரைசாமி ஐயங்கார் தமது 'மனோரஞ்சனி' இதழில் அதனை வெளியிட்டு ஊக்கம் தந்தார். ஆனால் அதற்கு சக உறவினர்களும், குடும்ப நண்பர்களும் எதிர்ப்புத் தெரிவித்தனர். ஆணாதிக்கம் மிகுந்திருந்த அக்காலத்தில் சக ஆண்களிடமிருந்து மட்டுமல்லாமல், பெண்களிடமிருந்தும் கடும் எதிர்ப்பை தனது எழுத்திற்காக கோதைநாயகி

சந்திக்க வேண்டியிருந்தது. ஆனாலும் எதிர்ப்பைக் கண்டு அஞ்சாமல், மனம் தளராமல் தனது முயற்சிகளைத் தொடர்ந்தார்.

நாளடைவில் தனது எழுத்தாற்றலை மேம்படுத்தும் விதமாக, அக்காலத்தில் வெளிவராமல் நின்று போயிருந்த 'ஜகன்மோகினி' என்ற இதழை விலைக்கு வாங்கித் தானே நடத்தத் தொடங்கினார். அப்போது அவருக்கு வயது 24. ஜகன்மோகினியில்தான் அவரது முதல் தொடர்கதை 'வைதேகி' வெளியானது. அது ஒரு துப்பறியும் நாவல். மட்டுமல்ல; தேவதாசிகளின் சீரழிந்த வாழ்க்கை முறைகளைக் குறித்துப் பேசிய முதல் நாவலும் கூட. அதன்மூலம் துப்பறியும் நாவல்கள் எழுதிய முதல் பெண் எழுத்தாளர் என்ற சிறப்பும் கோதைநாயகிக்குக் கிடைத்தது. ஆனால் மக்களில் பலருக்கு அவரது இச்செயல்கள் எரிச்சலைத் தந்தன. அவரை இழித்தும் பழித்தும் பேசியதல்லாமல், அவர் தெருவில் செல்லும் போது காறி உமிழ்ந்தும், 'ஜகன்மோகினி' இதழ்களைக் கொளுத்தி வீசியும் தங்கள் எதிர்ப்பைத் தெரிவித்தனர். ஆனால் இவற்றிற்கெல்லாம் கோதைநாயகி அஞ்சவில்லை. புன்னகையோடும், தைரியத்தோடும் அவர்களை எதிர்கொண்டார். மக்களுக்கு விழிப்புணர்ச்சியை ஏற்படுத்த பத்திரிகைதான் சிறந்த வழி என்பதை உணர்ந்து எதிர்ப்போர்களைப் பொருட்படுத்தாமல் புறக்கணித்தார். அந்த மனத்திண்மையே அவரது பிற்காலத்துப் பல சாதனைகளுக்கு அடித்தளமானது.

முதலில் துப்பறியும் நாவல்களிலும் மனோதத்துவ நாவல்களிலும் ஆரம்பித்த இவரது எழுத்து, பின்னர் பொதுவுடைமை, தத்துவம், சமூகம் எனப் பரந்து விரிந்தது. கதை, நாவல், கவிதை, கட்டுரை என்று எழுதிக் குவித்தார். பெண் விடுதலை, தேசபக்தி, மதுவிலக்கு, விதவைத் திருமணம் போன்றவற்றை தனது நாவல்கள் மூலம் வலியுறுத்தினார். அதேசமயம் தான் மட்டும் எழுதாது, தகுதியுள்ள பிற எழுத்தாளர்களையும் கண்டறிந்து ஊக்குவித்து அவர்களது படைப்புகளை தனது பத்திரிக்கையில் இடம் பெற செய்தார். அநுத்தமாவின் தங்கப் பதக்கம் பரிசு பெற்ற 'மாற்றாந்தாய்' என்னும் சிறுகதை ஜகன்மோகினியில் வெளியானதுதான்.

தனது இதழைத் தொய்வில்லாமல் வெற்றிகரமாக நடத்துவதற்காக 1937ம் ஆண்டில் சொந்தமாக அச்சகம் ஒன்றை நிறுவினார். முதல் பெண் பத்திரிகை அச்சக உரிமையாளர் என்ற சிறப்பைப் பெற்றார்.

'ஜகன்மோகினி' தமிழின் வெற்றிப் பத்திரிகையானது. அழுத்தமாக அக்கால இலக்கிய உலகில் காலூன்றியது. ஆரம்பத்தில் அதனை எதிர்த்தவர்களே மெல்ல மெல்ல அதன் வாசகர்களாக ஆகிப் போயினர். அதனால் வடுவூர் துரைசாமி ஐயங்காரின் 'மனோரஞ்சனி' இதழ் விற்பனை பெருமளவு பாதிக்கப்பட்டது. அதனால் சீற்றம் கோண்ட ஐயங்கார், தான்தான் அதுவரை கோதைநாயகிக்கு நாவல்கள் எழுதிக் கொடுத்ததாகவும், இனிமேல் அவரால் எழுத இயலாது என்றும் தனது இதழில் குறிப்பிட்டார். ஆனால் அதற்குப் பின்தான் நிறைய நாவல்களை எழுதிக் குவித்து அவரது கூற்றைப் பொய்யாக்கினார் கோதைநாயகி. வாசிப்பவரது மனதைக் கொள்ளைகொள்ளும் வசீகரம் கோதைநாயகியின் எழுத்தில் இருந்ததைக் கண்டு வியந்த கவியோகி சுத்தானந்த பாரதியார், அவரை 'நாவல் ராணி' என்று பாராட்டி வாழ்த்தினார்.

எழுத்தாற்றலோடு, கூட்டத்தினரை வசீகரிக்கும் நல்ல பேச்சாற்றலும் கோதைநாயகிக்கு இருந்தது. ஒருமுறை கோதைநாயகியின் பேச்சைக் கேட்க மாபெரும் கூட்டம் கூடியதைக் கண்டு வியந்த ராஜாஜி, இனி, தான் பேசச் செல்லும் இடங்களிலெல்லாம் கோதைநாயகியும் பேச வேண்டும் என வேண்டிக் கொண்டார். கோதையின் பேச்சாற்றலைக் கண்டு வியந்த ஓமந்தூர் ராமசாமி ரெட்டியார், தான் பேசும் கூட்டங்களிலெல்லாம் அவரைப் பேச வைத்தார். அந்த அளவிற்கு பேச்சாற்றல் மிக்கவராக, குட்டிக் குட்டிக் கதைகள் சொல்லிக் கேட்பவரை மெய் மறக்கச் செய்து, மெல்ல மெல்ல அவர்களை தேசிய விடுதலை உணர்வின் பக்கம் ஈர்ப்பவராகக் கோதைநாயகி விளங்கினார்.

எழுத்து, பேச்சுடன் நல்ல இசையாற்றலும் அவரிடம் இருந்தது. சங்கீதம் சார்ந்த பாரம்பரியக் குடும்பம் என்பதாலும், இயல்பாகவே நல்ல குரல் வளம் இருந்ததாலும் அவ்வப்போது சில மேடைக் கச்சேரிகள்

செய்தார். கோதைநாயகியின் குரல் கண்டு மயங்கிய கலாக்ஷேத்ரா ருக்மணி அருண்டேல் வாரம்தோறும் அவரை கலாக்ஷேத்ராவுக்கு வரச் செய்து பாட வைத்தார். திருவையாற்றில் தியாகையருக்கு ஆலயம் எழுப்பிய பெங்களூர் நாகரத்தினம் அம்மாள் கோதைநாயகியின் நெருங்கிய தோழி. கோதைநாயகியின் கச்சேரிக்கு அவர் தம்பூரா வாசித்திருக்கிறார். பெங்களூரில் கோதைநாயகி கச்சேரி செய்தபோது சௌடையா அவருக்கு மிக விரும்பிப் பிடில் வாசத்திருக்கிறார்.

இவற்றோடு பாரதியாரின் பாடல்களை முதன் முதலில் பாடியவர் என்ற பெருமையும் கோதைநாயகிக்கு உண்டு. 1918 முதல் 1921 வரை சென்னை திருவல்லிக்கேணியில் பாரதியார் வசித்தபோது அவரது வீட்டுக்கு எதிர் வீட்டில் கோதைநாயகி வசித்து வந்தார். கோதைநாயகியின் இனிய குரலில் மனதைப் பறிகொடுத்த பாரதியார், அவரை 'ஆடுவோமே, பள்ளுப் பாடுவோமே', 'ஜயபேரிகை கொட்டடா' போன்ற தனது பாடல்களைப் பாடச் சொல்லிக் கேட்டார் என்றும், மகள் தங்கம்மா மற்றும் சகுந்தலாவையும் கோதைநாயகியுடன் இணைந்து பாடச் சொல்லிக் கேட்டு ரசித்தார் என்றும் குறிப்பிடுகிறார் முக்தா வி. சீனிவாசன், தனது 'இணையற்ற சாதனையாளர்கள்' நூலில்.

ஆனாலும் தான் பாடுவதை விட நன்றாகப் பாடும் பிறரை ஊக்குவிக்க வேண்டும் என்பதே கோதைநாயகியின் விருப்பமாக இருந்தது. அதன்படி அவரால் ஊக்கப்படுத்தப்பட்டு, முன்னிலைப் படுத்தப்பட்டவர்களில் முக்கியமானவர் டி.கே. பட்டம்மாள். பட்டம்மாளின் குரல் வளத்தைக் கண்டு வியந்த கோதைநாயகி, தானே நேரடியாக அவரது தாமல் இல்லத்திற்குச் சென்று, அவரது தந்தை கிருஷ்ணசாமி தீட்சிதரிடம் கலந்து பேசி, பட்டம்மாள் கச்சேரிகளில் பாட அனுமதி பெற்றுத் தந்தார். எழும்பூர் மஹிள சபா, ஜகன்னாத பக்த சபா, பார்த்தசாரதிசாமி சபா மற்றும் இந்தியன் ஃபைன் ஆர்ட்ஸ் சொஸைட்டி போன்றவற்றில் பட்டம்மாளின் கச்சேரிகள் அரங்கேறக் கோதைநாயகி காரணமாக இருந்தார். வீட்டில் முடங்கிக் கிடந்த பெண்களின் இசையாற்றலை வெளிக் கொணரப்

பாடுபட்டதுடன், வானொலியிலும் இசை நிகழ்ச்சிகளை வழங்கியிருக்கிறார் கோதைநாயகி. அவர் பட்டம்மாளுடன் இணைந்து பாடிய இசைத்தட்டுகள் குறிப்பிடத்தக்கன.

தான் பாடுவதோடு மட்டுமில்லாது நல்ல பல பாடல்களையும் புனைந்துள்ளார். அவர் சில அபூர்வ ராகங்களில் இயற்றிய கிருதிகள் 'இசை மார்க்கம்' என்ற பெயரில் நூலாக வெளியாகியுள்ளன.

அன்னிபெசன்ட் மூலமாக தேசபக்தர், சமூகத் தொண்டர் அம்புஜம் அம்மாளின் நட்பு கோதைநாயகிக்குக் கிடைத்தது. சென்னைக்கு வந்த காந்திஜியை அம்புஜம் அம்மாளும், கோதைநாயகியும் சந்தித்தனர். அது அவரது வாழ்க்கையில் திருப்புமுனையானது. பட்டாடையே உடுத்திப் பழக்கப்பட்ட கோதைநாயகி, காந்திஜியின் வேண்டுகோளை ஏற்று அதுமுதல் கதர் ஆடை அணியத் தொடங்கினார். மங்கல நாணைத் தவிர வேறு நகைகளை அணிவதில்லை என்று உறுதி பூண்டார். ருக்மணி லட்சுமிபதி, வசுமதி ராமசாமி, அம்புஜம் அம்மாள் ஆகியோருடன் இணைந்து சமூக சேவையில் ஈடுபட்டார்.

தன்னைப் போலவே ஆற்றலும் திறனும் வேட்கையும் கொண்ட மகளிரை முன்னிலைப்படுத்த வேண்டும் என எண்ணினார் கோதைநாயகி. பெண்களின் திறனும், சிந்தனைகளும் ஏதாவது ஒரு விதத்தில் சமூகத்திற்குப் பயன்பட வேண்டும் என நினைத்தார். அதற்கான முயற்சிகளைக் கைக் கொள்ளத் தொடங்கினார். 1929ல் திருவல்லிக்கேணியில் 'சுதேசி லீக்' சங்கம் அமைத்தவர், வீதி வீதியாகச் சென்று கதர் ஆடை விற்பனையை மேற்கொண்டார். பெண்களைத் திரட்டி கள்ளுக் கடை மறியலில் ஈடுபட்டார். சைனா பஜாரில் நடந்த அந்நியத் துணி புறக்கணிப்புப் போராட்டத்தில் கலந்து கொண்டார். 'மகாத்மாஜி சேவா சங்கம்' என்னும் சமூக சேவை அமைப்பினைத் தொடங்கி அதன் வளர்ச்சியில் அதிக அக்கறை செலுத்தினார். தனது கச்சேரி, எழுத்து மற்றும் நாடகங்கள் மூலம் நன்கொடை திரட்டி, அதற்குச் சொந்தக் கட்டிடம் அமைய உறுதுணையாக இருந்தார்.

1932ல் 'லோதியன் கமிஷன்'க்கு எதிராக கே.பாஷ்யம் ஐயங்கார் தலைமையில் நடந்த போராட்டத்தில், அம்புஜம்

அம்மாளுடன் இணைந்து கலந்து கொண்டார். அதனால் கைது செய்யப்பட்டு வேலூர் சிறையில் அடைக்கப்பட்டார். சிறையில் இருந்த போது இவரது சமூக ஆர்வம் குறைந்து விடவில்லை. ஒவ்வொரு கைதியையும் தனித்தனியாக சந்தித்து, அவர்களது வாழ்க்கை அனுபவங்களைக் கேட்டறிந்து அவற்றைக் கதைகளில் வடித்தார். வன்முறை எண்ணங்கள் கொண்டவர்களின் மனதில் அஹிம்சையை நிலைக்கச் செய்தார். சிறையில் இருந்தபோது அவர் எழுதிய நாவல்தான் 'சோதனையின் கொடுமை'. அது ராஜாஜியின் பாராட்டைப் பெற்றது. 'உத்தமசீலன்' என்ற நாவலும் சிறை வாழ்க்கை அனுபவத்தை அடிப்படையாகக் கொண்டு எழுதப்பட்டதே. இரண்டாவது உலகப்போரின் பொருட்டு செங்கல்பட்டு அருகேயுள்ள சிங்கபெருமாள் கோயிலுக்குக் குடியேறியவர், 'ஜகன்மோகினி' அச்சகத்தையும் அங்கேயே நிறுவி, இதழை அங்கிருந்தே வெளியிட்டார். கணவர் பார்த்தசாரதி கோதைநாயகியின் முயற்சிகளுக்கெல்லாம் மிகவும் உறுதுணையாக இருந்தார். முப்பத்தைந்து ஆண்டுகள் தொடர்ந்து ஜகன்மோகினியை வெற்றிகரமாக நடத்தி தமிழகத்தின் முதல் பெண் பதிப்பாளர் என்ற சிறப்பைப் பெற்றார் கோதைநாயகி.

1925 முதல் 1958 வரை 115 நாவல்களை எழுதினார் வை.மு.கோதைநாயகி. நாவல்கள் மட்டுமல்லாமல், இரு சிறுகதைத் தொகுதிகள், மூன்று நாடகங்கள், இரண்டு உரைநடை நூல்கள் ஆகியவையும் இலக்கியத்துக்கு அவரது பங்களிப்பாகும். அவரது கதை 'அநாதைப் பெண்' என்ற பெயரில் ஜூபிடர் பிக்சரால் வெளியிடப் பெற்று பெரும் வெற்றி பெற்றது. அதுபோல ராஜமோஹன், தியாகக்கொடி, நளினசேகரன் போன்றவையும் அவரது கதையில் உருவான திரைப்படங்களே! பிற்காலத்தில் அவரது மற்றொரு கதை 'சித்தி' என்ற திரைப்படமாக உருப்பெற்றது. திரைப்படத் தணிக்கைக் குழுவின் உறுப்பினராகவும் பத்தாண்டுகள் பணியாற்றியிருக்கிறார்.

தீரர் சத்தியமூர்த்தி, மூதறிஞர் ராஜாஜி, காமராஜர் ஆகியோர் கோதைநாயகி மீது பெரும் மதிப்பும் அன்பும் வைத்திருந்தனர். ராஜாஜி, காந்திஜியின் பேரனான 'ராஜ்மோகன் காந்தி'க்கு அந்தப் பெயர் சூட்டியதே

கோதைநாயகி நாவல் பட்டியல்

[illegible] வை. மு. கோதைநாயகி அம்மா[illegible]
[illegible]ழுதிய 104 நாவல்கள்

வைதே[illegible]	ராஜமோஹன்	ப்ரதிபலன்
பத்மனி[illegible]	அனாதைப்பெண்	பவித்திரப்பதுமை
சண்பகவி[illegible]	ப்ரேமப்ரபா	பெண் தர்மம்
ராதாமணி	அன்பின் சிகரம்	உண்மைச்சித்திரம்
கௌரீமுகுந்[illegible]	சாந்தகுமாரி	தெய்வீக ஒளி
நவநீதகிருஷ்ணன்	மாயப்ரபஞ்சம்	சிலாசாஸனம்
கோபாலரத்னம்	சந்திரமண்டலம்	புதுமைக்கோயில்
மாதவமணி	வானக்குயில்	மனத்தாமரை
சாருலோசனா	உளுத்த இதயம்	தபால் விநோதம்
சுகந்த புஷ்பம்	மகிழ்ச்சி உதயம்	ஓவியப்பரிசு
வீரவஸந்தா	ஜீவியச் சுழல்	இனியமுரசு
சாமளநாதன்	மாலதி	ஆண்டவனின்
ருக்மிணிகாந்தன்	வத்ஸகுமார்	அருள்
ஸாரமதி	கஸ்தூரிதிலகம்	இசைப்புயல்
நளினசேகரன்	கானல் நீர்	அமரத்யாகி
பரிமளகேசவன்	படகோட்டி	காலக்கண்ணாடி
மூன்று வைரங்கள்	ஆத்மசக்தி	ஜெயபேரிகை
உத்தமசீலன்	உணர்ச்சி வெள்ளம்	ஜீவநாடி
* கதம்பமாலை	சந்தோஷ மலர்	வீராங்கனை
* ஸரஸராஜன்	கருணாலயம்	கானகலா
காதலின் கனி	புகழ்மாலை	தூயஉள்ளம்
சோதனையின்	தயாநிதி	ஸௌபாக்யவதி
கொடுமை	சுடர் விளக்கு	ப்ரேமாச்ரமம்
படாடோபத்தின்	கலாநிலயம்	நியாயமழை
பரிபவம்	ஞானதீபம்	அருணோதயம்
தியாகக்கொடி	வாத்ஸல்யம்	மனச்சாட்சி
ஜெயஸஞ்சீவி	க்ருபாமந்திர்	ப்ரபஞ்சலீலை
ப[illegible]மாலிகா	மதுரகீதம்	வெற்றிப் பரிசு
புத்தியே புதையல்	பிரார்த்தனை	ரோஜா மலர்
மங்கள பாரதி	இதய ஒலி	இந்திரமோஹன்
பட்டமோ பட்டம்	மலர்ந்த இதழ்	பாதாஞ்ஜலி
சுகுணபூஷணம்	அமுதமொழி	அமைதியின்
பிச்சைக்காரக்	பிரதிக்ஞை	அஸ்திவாரம்
குடும்பம்	ஆசைப்ரவாகம்	நம்பிக்கை பாலம்
ஆனந்தஸாகர்	வாழ்க்கைத்தோட்டம்	சாந்தியின்சிகரம்
அம்ருததாரா	அபராதி	கடமையின்
இன்பஜோதி	வெளுத்த வானம்	எல்லை

ஷை 104 நாவல்களில் [illegible]ரும்பாலும் தற்போது கைவச மில்லா[illegible]வையான புத்தகங்கள் கிடைக்குமா என் [illegible]ம், [illegible]யையும்பற்றி எழுதித் தெரிந்துகொண்டு

உதயசூரியன் வை.மு.ஸ்ரீநிவாஸன், M.A.B.L
முதல் நவீனம் - ரூ. 1-4-0

மதமா, மணமா? வை.மு.ஸ்ரீநிவாஸன், M.A.B.L
இரண்டாவது நவீனம் - ரூ. 1-4-0

அவஸரமூர்த்தியின்
அபூர்வ டயரி வை.மு.ஸ்ரீநிவாஸன், M.A.B.L
மூன்றாவது சித்திரம் - ரூ. 1-8-0

ராணி சீலாவதி வை.மு.ஸ்ரீநிவாஸன், M.A.B.L
நான்காவது நவீனம் - ரூ. 1/-

பெண்மணிக்கனல்
சரித்திரஜோதி வை.மு.ஸ்ரீநிவாஸன், M.A.B.L
ஐந்தாவது சித்திரம் ரூ 1/-

இருளில் ஒளி வை.மு.ஸ்ரீநிவாஸன், M.A.B.L
ஆறாவது சுடர் ரூ. 1.4.0

தியாக பலி அணா 12

ஜயந்தி சிந்தனைகள் ரூ. 1-8

கோதா ஹ்ருதயம் அணா 12

ஜகன்மோஹினி பிரஸ், திருவல்லிக்கேணி (சென்னை)

கோதைநாயகிதான் என்பதிலிருந்தே தலைவர்களிடம் அவருக்கிருந்த செல்வாக்கையும், நன் மதிப்பையும் உணரலாம்.

வை.மு.ஸ்ரீனிவாசனின் படைப்புகள்

சிறந்த வழக்குரைஞராகவும், எழுத்தாளராகவும் இருந்த தன் மகன் ஸ்ரீனிவாசனின் திடீர் மறைவு கோதைநாயகியை நிலைகுலையச் செய்தது. அவரது எழுத்துப் பணி நின்றுபோனது. காசநோயின் பாதிப்பும் அவரது உடலைச் சீர்குலைத்தது. பிப்ரவரி 20, 1960ல் கோதைநாயகி காலமானார்.

கவிஞர், எழுத்தாளர், பத்திரிகையாளர், திரைப்பட வசன எழுத்தாளர், பேச்சாளர், கர்நாடக இசைப் பாடகர், சுதந்திரப் போராட்ட வீராங்கனை, சமூகசேவகி என பலதுறைகளிலும் முன்னோடியாக இருந்து முத்திரை பதித்த முன்னோடி கோதைநாயகி.

●

- 9 -

நாடகமும் நவாபும்

அந்தக் காலத்து விளம்பரங்கள் வெகு சுவாரஸ்யமானவை. சில சிரிக்க வைக்கும். சில சிந்திக்க வைக்கும். சில நிகழ்ச்சிக்குச் செல்லலாமா வேண்டாமா என்று யோசிக்க வைக்கும்; சில உடனடியாகச் சென்றே ஆக வேண்டும் என்ற முடிவையும் எடுக்க வைத்துவிடும். அப்படிப்பட்ட ஒரு விளம்பரம் தான் இங்கே காணுவது.

அந்தக் காலத்தின் புகழ்பெற்ற நாடகக் கலைஞர்களுள் ஒருவர் நவாப் ராஜமாணிக்கம் பிள்ளை. இவர் 1906ல், தஞ்சாவூரில், சுப்ரமண்ய பிள்ளை—குப்பம்மாள் தம்பதியினருக்கு மகனாகப் பிறந்தார். இளம் வயதிலேயே நாடக ஆர்வம் வந்து விட்டது. 'பாய்ஸ் கம்பெனி'யில் சேர்ந்து சிறு சிறு வேடங்களில் நடித்தார். நாளடைவில் சிறந்த நடிகராகப் பரிணமித்தார். நாடக நுணுக்கங்களையும் முறையாகப் பயின்று தேர்ந்தார்.

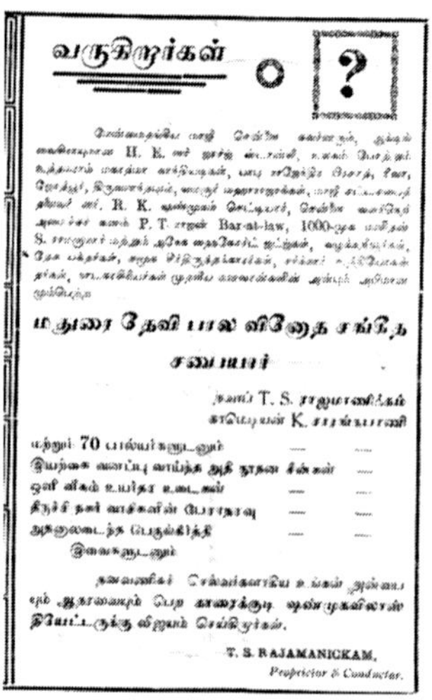

நண்பர்களுடன் இணைந்து, 1924ல், 'மதுரை தேவி பால வினோத சங்கீத சபை.' என்ற நாடகக் குழுவை ஆரம்பித்தார்.

முதல் நாடகத்தைத் தஞ்சையில் அரங்கேற்றினார். அதற்கு நல்ல வரவேற்புக் கிடைத்தது. தொடர்ந்து திருச்சிக்குச் சென்றும் நாடகம் போட்டார். அங்கும் நல்ல வரவேற்பு. திருப்பூரில் நடத்திய நாடகத்தையும் மக்கள் கூட்டம் கூட்டமாக வந்து பார்த்தனர். தொடர்ந்து தமிழகமெங்கும் சென்று நாடகம் நடத்த ஆரம்பித்தார்.

நவாப் ராஜமாணிக்கம் பிள்ளை

வெறும் வசனங்களை மட்டும் மேடையில் ஒப்பித்துப் போகும் நாடகமாக அல்லாமல் காட்சிக்கும் கருத்திற்கும் அதிக முக்கியத்துவம் கொடுத்தார். அதனால் இவரது நாடகங்கள் பல மாதக்கணக்கில் நடந்தன. இவர் நடத்திய 'இன்பசாகரன்' என்னும் தேசபக்தி நாடகம், சென்னையில் தொடர்ந்து 178 நாள்கள் நடந்து நாடக வரலாற்றில் சாதனை படைத்தது. அந்த நாடகம் பின்னர் அதே பெயரில் திரைப்படமானது. ஹிந்தியில் 'பிரேம் சாகர்' என்ற பெயரிலும் வெளியாகி வெற்றி பெற்றது. காந்தி, இவரது நாடகத்தை ரசித்துப் பார்த்துப் பாராட்டியுள்ளார். 1934ம் ஆண்டு சென்னை வந்த மகாத்மா காந்தி, சிறப்பு விருந்தினராகக் கலந்து கொண்ட நாடகம் 'நந்தனார்'. நாடகத்தின் உருக்கமான காட்சிகளைப் பார்த்து கண்ணீர் சிந்தினார் காந்தி. வசூல் தொகை முழுவதையும் சுதந்திரப் போராட்டத்திற்காக காந்திஜியிடம் அளித்துக் குழுவினர் ஆசி பெற்றனர்.

வழக்கமான நாடகங்களிலிருந்து மாறுபட்டு மேடையில் பல தந்திரக் காட்சிகளைப் பிறர் வியக்கும் வண்ணம் அரங்கேற்றி வெற்றி பெற்றார் ராஜமாணிக்கம் பிள்ளை. கிருஷ்ணலீலா, தசாவதாரம், சம்பூர்ண ராமாயணம், ஏசுநாதர், குமார விஜயம், சக்திலீலா, ஞானசௌந்தரி முதலான புராண நாடகங்களும் அதில் இடம் பெற்ற தந்திரக் காட்சிகளும் நாடெங்கும் பேசப்பட்டன. இவரது ராமாயண நாடகம் நடந்த இடத்திற்கு அக்காலத்தில் 'ராமாயணம் ஸ்டாப்' என்ற பெயர் ஏற்பட்டதிலிருந்தே, இவரது நாடகத்துக்கு இருந்த செல்வாக்கை உணர்ந்து கொள்ளலாம்

சிறந்த ராம பக்தரான 'சமர்த்த ராமதாஸ்' கதையை நாடகமாக்கினார் பிள்ளை. அதில் ராமதாஸரைச் சிறையிலிட்டு வாட்டும் 'நவாப்' ஆக அவர் நடித்தார். பாத்திரத்தோடு ஒன்றி அவர் நடித்த நடிப்பால் கவரப்பட்ட மக்கள், அவரை 'நவாப்' என்ற பட்டத்துடன் சேர்த்து 'நவாப் ராஜமாணிக்கம் பிள்ளை' என்று அழைக்க ஆரம்பித்தனர். பின்னர் அதுவே நிலைத்தது. 1935ல் 'பக்த ராமதாஸ்' ஜூபிடர் சோமுவின் தயாரிப்பில் முருகதாஸாவின் இயக்கத்தில் திரைப்படமாக வெளியாகி வெற்றி பெற்றது. நவாப் ராஜமாணிக்கம் பிள்ளை, எம். என்.நம்பியார் உள்ளிட்ட பலர் அப்படத்தில் நடித்தனர்.

சுவாமி ஐயப்பன் வரலாற்றை முதன்முதலில் நாடகமாகப் போட்டவரும், ஐயன் புகழைத் தமிழகமெங்கும் நாடகம் மூலம் பரப்பியவரும் ராஜமாணிக்கம் பிள்ளைதான். 'சுவாமி ஐயப்பன்' நாடகத்தில் மேடையில் புலியும் புலிக்குட்டிகளும் தோன்றும் காட்சி அக்காலத்தில் பரவலாகப் பேசப்பட்ட ஒன்றாகும். தந்திரக் காட்சிகளுக்காகவே இவரது பல நாடகங்கள் நூற்றுக்கணக்கான முறை அரங்கேறின. ராஜமாணிக்கம் பிள்ளையும் 'நாடகச் சக்கரவர்த்தி' என்று அழைக்கப் பெற்றார்.

காந்தி உள்ளிட்ட பல சான்றோர்களால், சமஸ்தான மன்னர்களால், அமைச்சர்களால் அரசு அதிகாரிகளால் பாராட்டப்பட்ட 'நவாப்' ராஜமாணிக்கம் பிள்ளை, 1974ம் ஆண்டு காலமானார்.

கலை உலகைக் கற்பனை செய்யுங்கள்; அதற்கு எல்லை காணமுடியாது.

எனினும் அதை நோக்கித் துரிதமாக முன்னேற முடியும்.

இவ்வுண்மையை எமது

“ஜயப்பன்”

ருசுப்படுத்தும்.

இந்நாடகம் ஆலப்புழை

பகவதி விலாஸில்

7—12—43 முதல் தினசரி

நடைபெறும்.

நவாப் T. S. ராஜமாணிக்கத்தின்

மதுரை தேவி பாலவிநோத சங்கீத சபையாரின்

உன்னதத் தயாரிப்பு

பூக்களின் நறுமணமும், பொன்னின் மின்னொளியும்,

கலைஞனின் கைத்திறமும்,

கலந்து உருவானது போன்ற ஒரு சித்திரம் இந்நாடகம்.

கண்டால் ஜீவசக்தி களிப்புறும். உயிர்மணி ஒலிக்கும்.

- 10 -

அந்தக் காலத்து தீபாவளித் திரைப்படங்கள்

அந்தக் காலத்து தீபாவளித் திரைப்படங்கள் என்று பார்த்தால் முதலில் நம் நினைவுக்கு வருவது எம்.கே. தியாகராஜ பாகவதர் நடித்த ஹரிதாஸ் படம்தான். மூன்று தீபாவளிகளைக் கண்ட படம் ஆயிற்றே! அதற்கும் முன்பாக வெளியாகி வெற்றி பெற்ற படம் ஆர்ய மாலா.

ஆர்ய மாலா (1941)

பி.யு.சின்னப்பா நாயகனாக நடித்த படம். கழுமேடை மண மேடையாக மாறிய பழங்காலத் தொன்மமான

காத்தவராயனின் கதைதான். இதே கதை பிற்காலத்தில் (1958) சிவாஜி கணேசன் நடிப்பில் 'காத்தவராயன்' என்ற பெயரில் வெளியாகியிருக்கிறது. ஆர்யமாலாவில் எம்.ஆர்.சந்தானலக்ஷ்மிக்கு பார்வதி வேடம். சின்னப்பா காத்தவராயன்.சிவனாக அக்காலத்துப்புராணப்படங்களில் சிவனாக நடித்துப் பெருமை பெற்ற ராஜகோபால ஐயர் நடித்திருந்தார். கதாநாயகி ஆர்யமாலாவாக எம்.எஸ்.சரோஜினி நடித்திருந்தார். டி.எஸ்.பாலையா, என்.எஸ்.கிருஷ்ணன், டி.ஏ.மதுரம், எஸ்.ஆர்.ஜானகி, பி.எஸ்.ஞானம், ஏ.சகுந்தலா, கொளத்து மணி. வி.வி.எஸ். மணி உள்ளிட்ட பலர் உடன் நடித்திருக்கின்றனர்.

பாடல்களை சி.ஏ.லக்ஷ்மணதாஸ் எழுத, ஜி.ராமநாதன் இசையமைத்திருக்கிறார். வசனம்: டி.ஜி.வடிவேலு நாயக்கர். பக்ஷிராஜா பிலிம்ஸ் தயாரித்திருந்த இப்படத்தை அக்காலத்தின் புகழ்பெற்ற இயக்குநர் எஸ்.எம்.ஸ்ரீராமுலு நாயுடு இயக்கியிருந்தார். இப்படம் 1941, தீபாவளியின்போது வெளியானது.

படத்தில் 'மோடி' (மந்திர வித்தையில் ஒன்று) வைக்கும் மற்றும் எடுக்கும் காட்சிகளுக்காகவே மக்கள் கூட்டம் கூட்டமாகச் சென்று பார்த்திருக்கின்றனர். படம் பாக்ஸ் ஆபிஸ் 'ஹிட்' ஆனதுடன், சின்னப்பாவை அக்காலத்து சூப்பர் ஸ்டார் நாயகனாகவும் உயர்த்தியது. இப்படத்தில் வெளியான 'வளையல் நல்ல வளையல்' சின்னப்பாவின் ஹிட் பாடல்களுள் ஒன்று

ஹரிதாஸ் (1944)

சென்னை, பிராட்வே திரையரங்கில் மூன்று தீபாவளிகளைக் கண்ட ஹரிதாஸின் வெற்றியை இதுவரை எந்தத் தமிழ் அல்லது இந்தியத் திரைப்படமும் முறியடிக்கவில்லை. 'பிராட்வே' அரங்கில் 16—10—1944 தீபாவளி அன்று வெளியாகி 22—11—1946 வரை 110 வாரங்கள், 768 நாட்கள் ஓடிய ஒரே படம் இதுதான். இந்தப் படத்திற்காக பாகவதருக்குக் கொடுக்கப்பட்ட சம்பளம் 1 லட்சத்திற்கும் மேல். அக்காலத்தில் இவ்வாறு ஒரு லட்சத்திற்கும் மேல் ஊதியம் வாங்கிய முதல் நடிகரும் எம்.கே. தியாகராஜ பாகவதர்தான்.

பாகவதரின் வாழ்க்கையில் பெரிய திருப்புமுனையை ஏற்படுத்திய படம். 'பக்த விஜயத்தி'லிருந்து எடுக்கப்பட்ட கதைதான். வசனம் — இளங்கோவன். சுந்தர்ராவ் நட்கர்னி இயக்கம். பாடல்கள்: பாபநாசம் சிவன். இசை: ஜி.ராமநாதன். அற்புதமான பாடல்களைக் கொண்ட இப்படம் மகத்தான வெற்றி பெற்றது. 'வாழ்விலோர் திருநாள்', 'மன்மத லீலையை வென்றார் உண்டோ', 'அம்மையப்பா உங்கள் அன்பை..', 'அன்னையும் தந்தையும் தானே' போன்ற பாடல்கள் அக்காலத்தின் சூப்பர் ஹிட் பாடல்களாகின.

இதில் முதல் பாடலான 'வாழ்விலோர் திருநாள்..' ஹிந்தி மெட்டு ஒன்றின் தழுவல் என்பது பலரும் அறியாத செய்தி. மட்டுமல்ல. படத்தில் பாகவதர் பாடாத, வசனம் கலந்து இடம் பெறும் சில பாடல்களும் ஹிந்தி மெட்டின் தழுவல்களே. அதாவது ஹிந்தி மெட்டுக்கு தமிழில் வரிகளாக எழுதப்பட்டவைதான். இது அக்காலத்தில் சகஜமான ஒன்றாகவே இருந்திருக்கிறது.

ஹரிதாஸின் மற்றுமொரு சிறப்பு கிண்டல் பாடல்கள். பாகவதர் நடித்து 'ஹிட்'ஆன பிற படங்களது பாடல்களின்

மெட்டுகள், அதே பாகவதர் நடித்த மற்றொரு படத்தில் கேலியும் கிண்டலுமாக இடம் பெற்றிருப்பது என்று பார்த்தால் அது ஹரிதாஸ் படத்தில்தான். 1943ல், பாகவதர் நடித்து வெளியான படம் சிவகவி. அப்படத்தில் இடம் பெற்றிருந்த 'கவலையைத் தீர்ப்பது நாட்டியக் கலையே..' பாடல், ஹரிதாஸ் படத்தில் 'கவலையைத் தருவது காரிகை செயலே.. கவலையற்றார் கண்கள் கலங்கும் வகையிலே...' என்று 'கிண்டல்' பாடலாக இடம் பெற்றிருக்கிறது.

மட்டுமல்ல; 'சொப்பன வாழ்வில் மகிழ்ந்து..' என்ற சிவகவி படப்பாடலும் ஹரிதாஸில் கிண்டல் பாடலாக, 'சொப்பனத்தாலும் நினையேன் சுப்ரமண்ய சுவாமி அவரறிய... அற்பத்தனமாய் நடந்தாய் அறிவிழந்தாய்..' என்று இடம் பெற்றது. மட்டுமா? 'வதனமே சந்த்ர பிம்பமோ', 'வதனமே சொல்லுதே பெண்ணே' என்பதாக இடம் பெற்றிருக்கிறது. சிவகவி, ஹரிதாஸ் என இரண்டு படங்களிலும் மேற்கண்ட எல்லாப் பாடல்களையும் எழுதியது பாபநாசம் சிவன்தான். ஆனால் ஹரிதாஸில் இந்தக் கிண்டல் பாடல்களை பாகவதர் பாடவில்லை. வேறு சிலர் பாடினர்.

'சொப்பன வாழ்வில் மகிழ்ந்து', 'ஒருநாள் ஒரு பொழுதாகிலும்', 'ராதே உனக்குக் கோபம் ஆகாதடி', 'அம்பா மனம் கனிந்து', 'கிருஷ்ணா முகுந்தா முராரே', 'தீன கருணாகரனே நடராஜா' போன்ற மறக்கவொண்ணாத பல பாடல்களைப் பாடி பாகவதர் மக்கள் மனதில் நீங்காத இடம் பிடித்தார். ஜி. ராமநாதன், தியாகராஜ பாகவதர், பாபநாசம் சிவன் என்ற மூவர் கூட்டணியின் இசைக்காலம் தமிழ்த் திரையிசையின் பொற்காலமாகப் போற்றப்பட்டது

அது சரி, ஹரிதாஸ் படம் எப்படி கிட்டத்தட்ட மூன்று ஆண்டுகள் ஓடியது?

அக்காலத்தில் அதிகம் பொழுபோக்கு இல்லை என்பதாலா, பாகவதருக்கு அந்த அளவுக்கு ரசிகர்கள் இருந்தனர் என்பதாலா அல்லது அந்த அளவுக்கு மிகச் சிறந்த படமாக 'ஹரிதாஸ்' இருந்தது என்பதாலா?

மேற்கண்ட காரணங்களும் இருக்கின்றனதான். ஆனால், அதற்கு மேலாகவும் ஒரு காரணம் இருக்கிறது. அது

என்ன என்பதைப் பார்ப்பதற்கு முன்னால் ‘ஹரிதாஸ்’ வெளியான காலகட்டத்தைக் கவனிக்க வேண்டும்.

ஹரிதாஸ் படம் 16—10—1944 தீபாவளி அன்று வெளியானது. அன்று திருச்சியில் தனது சொந்த வீட்டில் இருந்தார் பாகவதர். அன்று மாலை தனது நண்பர்களைச் சந்திக்க அவர் திட்டமிட்டிருந்தார். வீட்டில் பல கார்கள் இருந்தபோதும் அழகான சாரட் வண்டி ஒன்றும் இருந்தது. அதில் அவ்வப்போது ஏறி தானே ஓட்டிக் கொண்டு போவது அவர் வழக்கம். அன்றும் அப்படித்தான் வெண் குதிரைகள் பூட்டிய அந்தச் சாரட் வண்டியில் ஏறி நண்பர்களைக் காணச் சென்றார்.

திரும்பி வரும்போது, அதுவும் வீட்டின் எதிரே இருந்த கருங்கல் குவியலில் சக்கரம் ஏறி வண்டி கவிழ்ந்தது. விபத்தில் பாகவதருக்கு முழங்காலில் நல்ல அடி. எழுந்து கூட அவரால் நிற்கக் கூட முடியாத நிலை. தவழ்ந்து தவழ்ந்து எழுந்து நிற்க முயன்று இயலாமல் சிரமப்பட்ட அவரை வீட்டிற்கு தூக்கிக் கொண்டு போயினர். மருத்துவர் வந்து சிகிச்சை அளித்தார். சில நாட்களுக்குப் பின்னர்தான் அவரால் நடக்க முடிந்தது. இது பத்திரிகையில் செய்தியாகவும் வெளியானது. மக்கள் வருந்தினர். பாகவதரைப் பார்க்க விரும்பியவர்கள் திரளாகச் சென்று அவர் நடித்த ‘ஹரிதாஸ்’ படம் பார்த்துத் திரும்பினர். (அப்படத்தில் அவர் பிற்பகுதியில் கால்களை இழந்து தவழ்ந்து தவழ்ந்து வருபவராக நடித்திருப்பார். அது நிஜத்திலும் சற்றே பலித்தது. அது ஓர் அபசகுனமாகச் சிலரால் பார்க்கப்பட்டது)

உடல் நலமானதும் சென்னை சென்றார் பாகவதர். இந்நிலையில் பாகவதர் உள்ளிட்ட பல பிரபலங்களை (திரைத்துறையினர் மட்டுமல்லாமல் பெரும்புள்ளிகள், அரசியல்வாதிகள், தொழிலதிபர்கள் என்று பலரைப் பற்றியும்) அவதூறாக (சில அந்தரங்க ரகசியங்களை வெளிப்படுத்துவதாக) தனது ‘இந்துநேசன்’ இதழில் தொடர்ந்து எழுதி வந்தார் பத்திரிகை ஆசிரியர் லட்சுமிகாந்தன். அதனால் அவருக்குப் புதிது புதிதாக பல எதிரிகள் உருவாகிக் கொண்டிருந்தனர். அவர், நவம்பர்

8, 1944 அன்று கத்தியால் குத்தப்பட்டார். 9 அன்று லட்சுமிகாந்தன் காலமானார்.

கொலைப்பழி பாகவதர், என்.எஸ்.கிருஷ்ணன் மற்றும் ஸ்ரீராமுலு நாயுடு மீது விழுந்தது. டிசம்பர் 27, 1944 அன்று பாகவதர் கைது செய்யப்பட்டார். பிறகு ஜாமீனில் வெளியே வந்தார். ஆனால், ஜாமீன் ரத்தாகி மீண்டும் ஜனவரி 12, 1945ல் கைதானார். வழக்கு நடந்தது. ஆயுள் தண்டனை விதிக்கப்பட்டது. பின்னர் லண்டன் பிரிவியூ கவுன்சிலுக்கு வழக்கு சென்றது. பாகவதர் சார்பாக வாதாட வழக்கறிஞர் எதிராஜ முதலியார் முன் வந்தார். தம்முடைய வாதத் திறமையால், மிகச் சாதுர்யமாக வாதாடி அவர்கள் குற்றமற்றவர்கள் என்று நிரூபித்தார். (சென்னையின் புகழ் பெற்ற எத்திராஜ் கல்லூரியை நிறுவியவர் இவர்தான்) 1947 ஏப்ரல் 25ல் பாகவதர் விடுதலை செய்யப்பட்டார்.

ஹரிதாஸ் தனது தீபாவளிக் கொண்டாட்டத்தை தொடர்ந்து இரண்டு வருடங்கள் 'பிராட்வே'யில் கொண்டாடியபோது பாகவதர் சிறையில் இருந்தார். அதற்கு அடுத்த வருடம்தான் அவரால் சிறையில் இருந்து வெளியே வர முடிந்தது. அதாவது அந்தக் கொண்டாட்டத்தில் அவரால் கலந்து கொள்ள முடியவில்லை.

பாகவதர் மீது கொண்ட ஈர்ப்பால், அன்பால், பக்தியால், பாசத்தால் ஹரிதாஸிற்குப் பிறகு வேறு எந்தப் புதிய படங்களிலும் அக்காலக்கட்டத்தில் அவரை நேரில் காண முடியாத மக்கள், தொடர்ந்து திரையரங்கிற்கு வருகை தந்து ஹரிதாஸை வெற்றிப் படமாக்கினர்.

ஹரிதாஸ், மூன்று தீபாவளிகளைக் காண இதுவும் ஒரு முக்கியக் காரணம்.

இப்படி வாழ்வாங்கு வாழ்ந்த பாகவதரின் வாழ்க்கை சோகமயமாக முடிந்ததற்குக் காரணம் 'ஊழ்' என்பதைத் தவிர வேறொன்றும் சொல்வதற்கில்லை.

மீரா (1945)

எம்.எஸ்.சுப்புலட்சுமி நாயகியாக நடித்த படம். அவருக்குப் பெரும் புகழைச் சேர்த்த படம். உள்ளத்தை உருக்கும் இனிய

பல பாடல்களைக் கொண்ட படம் என்றெல்லாம் பல சிறப்புகளுக்குரிய இப்படம், நவம்பர் 1945, தீபாவளிக்கு வெளியானது.

எம்.எஸ்ஸுடன் சித்தூர் நாகையா, செருகளத்தூர் சாமா, கே. ஆர். செல்லம், டி. எஸ். துரைராஜ், கே. சாரங்கபாணி, டி. எஸ். பாலையா, பேபி கமலா, சாமா உள்ளிட்ட பலர் நடித்திருந்தனர். கிருஷ்ண பக்தையான 'மீரா' வேடத்தில் மிகச் சிறப்பாக நடித்திருந்தார் எம்.எஸ். பாபநாசம் சிவனின் பாடல்களும், கல்கியின் கதையும் பாடல்களும் படத்திற்குச் சிறப்புச் சேர்த்தன. 'காற்றினிலே வரும் கீதம்', 'பிருந்தாவனத்தில் கண்ணன் வளர்ந்த', 'கிரிதர கோபாலா' போன்ற பாடல்கள் பட்டி, தொட்டி எங்கும் ஒலித்து படத்தின் வெற்றிக்குக் காரணமாகின.

நடனக் காட்சிகளை புகழ்பெற்ற நாட்டிய உலக ஜாம்பவான் மாமேதை வழுவூர் ராமையா பிள்ளை அமைத்திருந்தார். இசை: எஸ்.வி.வெங்கட்ராமன். சதாசிவம் தயாரிக்க, எல்லீஸ் ஆர். டங்கன் இயக்கியிருந்தார். வசுந்தரா தேவி நடித்து, ஒய்.வி.ராவ் இயக்கியிருந்த 'பக்த மீரா' படத்தை விட இந்தப் படத்திற்கே அதிக வரவேற்புக் கிடைத்தது.

எம்.எஸ்.சுப்புலட்சுமி நடித்த கடைசி படம் இதுதான். இந்தப் படத்திற்குப் பிறகு அவர் இசையுலகில் தன தீவிர கவனத்தைச் செலுத்தினார்.

ஸ்ரீ முருகன் (1946)

ஜூபிடர் சோமு எனப்படும் எம்.சோமசுந்தரம் வி.எஸ். நாராயணனுடன் இணைந்து இயக்கிய படம் இது. படத்தின் வசனங்களை எழுதி, இணை இயக்குநராகப் பணிபுரிந்தவர் ஏ.எஸ்.ஏ.சாமி. பாடல்கள்: பாபநாசம் சிவன். இசை: எஸ்.வி.வெங்கட்ராமன் மற்றும் எஸ். எம்.சுப்பையா நாயுடு. ஹொன்னப்ப பாகவதர் நாயகனாகவும், பிரேமாவதி நாயகியாகவும், மாலதி மற்றொரு நாயகியாகவும் நடித்திருந்தனர். படத்தில் எம். ஜி.சக்ரபாணி, எம்.ஜி.ராமச்சந்திரன், பி.எஸ்.வீரப்பா, காளி என்.ரத்தினம், யோக மங்களம், யு.ஆர்.ஜீவரத்தினம், டி.வி.குமுதினி உள்ளிட்ட பலர் நடித்திருந்தனர். யு.ஆர். ஜீவரத்தினம், ஆண் வேடத்தில் நாரதராக நடித்திருந்தார்.

உண்மையில் இப்படத்தில் ஆரம்பத்தில் கதாநாயகனாக நடித்தது எம்.கே.தியாகராஜ பாகவதர்தான். அவர் லக்ஷ்மிகாந்தன் வழக்கில் கைதானதால் அவருக்குப் பதிலாக மற்றொரு ‘பாகவதர்’ தேவைப்பட்டார். அவர்தான் ஹொன்னப்ப பாகவதர். ஆரம்பத்தில் இயக்குநராக இருந்த ராஜா சந்திரசேகர், தமிழுக்குப் புதுமுகமான ஹொன்னப்ப பாகவதரை இயக்க விரும்பாததால், படத்தின் தயாரிப்பாளர்களுள் ஒருவரான சோமுவே இப்படத்தை இயக்கினார்.

1946 தீபாவளிக்கு இப்படம் வெளியானது. இப்படத்தின் முக்கியச் சிறப்பு எம்.ஜி.ஆர். சிவனாக நடித்து மாலதியுடன் இணைந்து சிவதாண்டவம் ஆடியதுதான். கடுமையாக

உழைத்து, மிகச் சிறப்பாக எம்.ஜி.ஆர். ஆடியதைக் கண்டு வியந்த தயாரிப்பாளர் சோமு, தனது அடுத்த படமான ராஜகுமாரியில் எம்.ஜி.ஆரைக் கதாநாயகனாக்கினார். ஸ்ரீ முருகன் *1946*ன் வெற்றிப்படங்களுள் ஒன்று.

ருக்மாங்கதன் (1947)

ருக்மாங்கதன் *1947* தீபாவளிக்கு வெளியான படம். ஜி.என்பி. கதாநாயகனாக நடித்திருந்தார். படத்தின் கதாநாயகி: யோகமங்களம். நாரதராக நடித்தவர் அக்காலத்தின் புகழ்பெற்ற நடிகையும், தமிழின் முதல் பின்னணிப் பாடகியுமான பி.ஏ.பெரியநாயகி. இப்படத்தில் இவரது மூத்த சகோதரி ராஜாமணியும் நடித்திருந்தார். சி.டி.ராஜகாந்தம், எம்.எஸ்.சம்பந்தம், எல்.நாராயணராவ் உள்ளிட்டோரும் முக்கிய வேடமேற்றிருந்தனர். பாபநாசம் சிவன் + ஜி.ராமநாதனின் வெற்றிக் கூட்டணி இப்படத்திலும் தொடர்ந்தது. பி.எஸ்.வி. ஐயர் இயக்கியிருந்தார். தயாரிப்பு: ஜெமினி ஸ்டூடியோ.

ஜி.என்.பி.யின் குரலுக்கும் வசீகரத்திற்கும் அக்காலத்தில் பலர் (இசையுலக, திரையுலகப் பிரபலங்கள் உள்பட) சொக்கிப் போயிருந்தார்கள். அவர்களுக்கு இப்படம் ஒருவிதத்தில் ஏமாற்றம் அளித்தது என்றுதான் சொல்ல வேண்டும். இதுவே ஜி.என்.பி. நடித்த கடைசிப் படமும் கூட. இதன் பிறகு அவர் நடிக்கவில்லை. இசையில் மட்டுமே கவனம் செலுத்தினார்.

கஞ்சன் (1947)

இத்திரைப்படம் *1947*, தீபாவளிக்கு வெளியானது. எஸ்.வி.சுப்பையா, எம்.என். நம்பியார், நரசிம்மபாரதி, எம்.

கே. முஸ்தபா, எம்.எஸ்.எஸ். பாக்யம், ஆர்.மாலதி, டி.ஜி. கமலதேவி, சி.கே.சரஸ்வதி, அங்கமுத்து உள்ளிட்ட பலர் நடித்திருந்தனர். ஜூபிடர் தயாரித்திருந்த இப்படத்தின் கதை, திரைக்கதை, வசனம், பாடல்களை எழுதி சி.ஏ. அய்யாமுத்து இயக்கியிருந்தார். இசை: எஸ்.எம். சுப்பையாநாயுடு

ஒரு கப்பல் விபத்தில் தன் தாய், தந்தையரைப் பிரிகிறான் வேலப்பன். பல இடங்களிலும் சுற்றித் திரிந்து நண்பன் ஒருவனின் மூலம் அமராவதிபுதூரில் வசிக்கும் ஜமீன்தார் கந்தசாமி என்பவரது மாளிகையில் தங்குகிறான். அந்த ஜமீன் ஒரு கஞ்சன். தனது சொத்துக்கள் அனைத்தையும் ஒரு பானைக்குள் போட்டு புதைத்து வைத்திருக்கிறான். அவனுக்கு ஒரு மகனும் மகளும் உண்டு. ஜமீனின் மகளான அமராவதியைக் கண்டு காதல் கொள்கிறான் வேலப்பன். ஜமீன்தாரின் மகனான குமாரசாமி ‘மரகதம்’ என்ற நாடக நங்கை மீது காதல் கொள்கிறான். அதே நங்கையைத் தானும் மணம் புரிய எண்ணுகிறான் அவன் தந்தையான ஜமீன்தார். சொத்துக்கு ஆசைப்பட்டு தன் மகளான அமராவதியை ஒரு வயதான முதியவருக்கு மணமுடிக்கவும் திட்டமிடுகிறான்.

ஜமீன்தாரின் திட்டம் பலித்ததா, வேலப்பன்—அமராவதி காதல் நிறைவேறியதா, குமாரசாமி—மரகதம் திருமணம் நடந்ததா? ஜமீன் மறைத்து வைத்த சொத்துக்கள் என்னவாயின என்பதையெல்லாம் மிகச் சுவாரஸ்யமான திருப்பங்களுடன் சொல்லியிருந்தார் அய்யாமுத்து.

மிகுந்த வரவேற்பைப் பெற்ற இப்படம், அக்கால வெற்றிப்படங்களுள் ஒன்று.

கன்னிகா (1947)

இப்படமும் 1947 தீபாவளிக்கு வெளியான திரைப்படம்தான். டி.ஈ.வரதன், காளி என் ரத்னம், டி.பாலசுப்பிரமணியன், எம்.எஸ். சரோஜினி, எம்.ஆர்.சந்தானலக்ஷ்மி, என்.எஸ். கிருஷ்ணன், டி.ஏ.மதுரம், உள்ளிட்ட பலர் நடித்திருந்த இப்படத்தின் வசனத்தை இளங்கோவன் எழுதியிருந்தார். எஸ்.எம்.ஸ்ரீராமுலுநாயுடு இயக்கியிருந்தார். பாடல் மற்றும் இசை: பாபநாசம் சிவன். படத்தில் லலிதா—பத்மினியின் சிவ — விஷ்ணு (மோஹினி) நடனம் பலரையும் கவர்ந்த ஒன்றாக இருந்துள்ளது.

தான் சாகாமல் வாழ வேண்டும் என்பதற்காக இளம் பெண்களைப் பலியிடும் மன்னன் ஒருவனை 'கன்னிகா' என்ற ஏழைப் பெண் எதிர்கொண்டு எப்படி தெய்வங்களின் உதவியால் அவனை வெற்றி கொள்கிறாள் என்பதுதான் கதை.

மந்திரம், மாயம், பூதம் என்று மாயாஜாலங்கள் நிறைந்த இப்படத்தை கோவை பக்ஷிராஜா ஸ்டூடியோஸ் பெரும் பொருட் செலவில் தயாரித்திருந்தது.

படத்தில் 15 பாடல்கள் இடம் பெற்றிருந்தன. எம்.ஆர்.சந்தனாலக்ஷ்மி 'கன்னிகா'வாகவும், எம்.எஸ். சரோஜினி மன்னன் மகள் மாலினியாகவும் நடித்திருந்தனர். மன்னனை எதிர்க்கும் இளைஞன் வேடத்தில் டி.ஈ. வரதன் நடித்திருந்தார்.

ராஜா விக்கிரமா (1950)

கன்னடத்தில் வெளியாகிப் பின் அதே நடிகர்களைக் கொண்டு தமிழிலும் வெளியான படம் இது. கெம்பராஜ் இயக்கத்தில் வெளிவந்த இத்திரைப்படத்தில் கெம்பராஜ், என். எஸ். சுப்பையா, ஸ்டண்ட் சோமு, சி.வி.வி.பந்துலு, எம். வி. ராஜம்மா, பண்டரிபாய், ஜெயம்மா உள்ளிட்ட பலர் நடித்திருந்தனர். *1950* தீபாவளிக்கு இப்படம் வெளியானது. படத்தில் நடித்ததுடன், தனது கெம்பராஜ் புரொடக்‌ஷன்ஸ் மூலம் தயாரித்து இயக்கியுமிருந்தார் கெம்பராஜ். கதையும் இவருடையதுதான்.

சுதந்திரப் போராட்ட வீரரான கெம்பராஜ் அக்காலத்தில் கன்னட உலகின் சூப்பர் ஸ்டாராகத் திகழ்ந்தவர். தமிழிலும் கற்கோட்டை, அழகர்மலைக் கள்வன், நள தமயந்தி போன்ற சில படங்களில் நடித்திருக்கிறார்.

இசை: இசை மற்றும் ஓவிய மேதை எஸ்.ராஜம்.

●

- 11 -

சூறாவளியா, சுனாமியா?

டிசம்பர் 26, 2004 தமிழ்நாட்டின் கடலோரப் பகுதிகளில் வசித்த மக்களால் மறக்க முடியாத ஒரு நாள். அவர்கள் வாழ்வைப் புரட்டிப் போட்ட சுனாமி என்னும் மாபெரும் ஆழிப் பேரலையின் தாக்குதல் நடந்த நாள். அதே போல் அல்லது அதற்கு ஒப்பாக அந்தக் காலத்திலும், அதாவது 1864ல், கல்கத்தா, மசூலிப்பட்டிணம் பகுதிகளை மிகப் பெரிய ஆழிப் பேரலை தாக்கியுள்ளது. ஆயிரக்கணக்கில் மக்கள் மாண்டனர். அன்று நடந்த நிகழ்வுகளையும், அவ்வளவு அதிக இறப்புகளையும் பார்க்கும்போது உண்மையில் வந்தது சூறாவளியா அல்லது சுனாமியா என்ற ஐயம் எழுவதைத் தவிர்க்க முடியவில்லை. 1897ம் வருடத்து விவேகசிந்தாமணியில் வெளியான குறிப்பு கீழ்காணுவது:

> 1864ல் மசூலிபட்டணத்தில் சமுத்திரம் பொங்கியதால் நேர்ந்த விபத்து
>
> *ஜுலை மீ 29 ஆடியமாவாசையன்று இராத்திரி சமுத்திரம் பொங்கி சென்னை மூழ்கிப்போகப் போகிறதென்று யாரோ ஒருவர் கட்டிவிட்ட புரளி எங்கும் பரவி ஜனங்கள் மனதிற்குடி கொண்டுவிட, அநேகர் அவ்விபத்தினின்றும் தப்பிக்கொள்வதற்காகச் சென்னையைவிட்டு உள்நாட்டில் வெகுதூரம் சென்றிருந்தார்கள். அன்றிரவு யாதொரு விசேஷமின்றிக்*

கழிந்தபின்னரே ஜனங்கள் வீண் புரளியை நம்பி மோசம்போனதாக உணர்ந்தார்கள்,

சமுத்திரத்தின் கீழ்ப் பூகம்பமுண்டாகுங்கால், சமுத்திரம் தரையினுள் நோக்கி அதிகமாகச் சென்றிருந்தால், சமுத்திரம் கொந்தளித்துப் பொங்குவதுண்டு. இதற்கு இங்கிலீஷில் 'Tidal wave' என்று சொல்வார்கள். இப்படிப்பட்ட சம்பவமொன்று 1864—ம் வருஷத்தில் மசூலிப்பட்டணத்திற் கருகில் நேர்ந்து அப்பட்டணம் முழுவதும் மூழ்கிப்போய்விட்டது. அப்பொழுது நேர்ந்த சம்பவத்தின் விவரத்தை ஒருநண்பர் அனுப்பியபடிக் கீழே பிரசுரிக்கிறோம்:

'1864 நவம்பர் மீ 1 காலமே சூரியன் எப்போதும் போல் உக்கிரமாயிராமல் கொஞ்சம் மப்புப் போட்டிருந்ததை மசூலிப் பட்டணம் ஜனங்களனைவரும் கண்டுகளித்து 'மழைவரும், பயமில்லை'யென்று சொல்லிகொண்டிருந்தார்கள். 8—மணியாகவே காற்றும் மழையும் ஆரம்பித்து 3—மணிக்கெல்லாம், எங்கும் கறுத்து, நீலமான பெருத்த மேகங்கள், சிங்கத்தினிடத்தில் பயந்தோடும்யானைக்கூட்டங்கள்போல்,பெருங்காற்றில், நாலாபக்கத்திலும் சிதறியோடின. பள்ளிக்கூடங்களில் பிள்ளைகளுக்குப் படிக்க வெளிச்சமில்லாததினால் அவைகளைச் சாற்றிவிட்டார்கள். கச்சேரிகளிலிருந்து 6—மணிக்கு உத்தியோகஸ்தர்கள் வீட்டுக்குப்போவது பெரும்பாடாயிற்று.

அன்றைய தினம் அமாவாசையாதலால் அலை மிகுதி. இந்தப் புயலில் ஒரு அலை நீர் மட்டத்திற்கு மேல் 2—ஆள் புருஷம் உயர்ந்து ஓங்கி, காற்றின் வேகத்தால் பட்டணத்துக்குள் புகுந்தது. புகவே, அங்கிருந்த காவல்காரர்களில் ஒருவன் மாத்திரம் ஒரு பனைச்சப்பையையும் பிறகு ஒரு படகையும் பிடித்துக்கொள்ள அலை 14—மயில் தூரம், பட்டணத்துக்குள் அடித்துக் கொண்டுபோயிற்று.

கரையோரத்திலிருந்த கோட்டையைச் சார்ந்த 2,000 ஜனங்களுக்கும், அவர்கள் குடியிருந்த வீடுகளுக்கும் சாட்சியாக சில மரத்துண்டுகள் மாத்திரம் காணப்பட்டது. இன்னொருபக்கத்தில் மீன் பிடிப்பவர்

கிராமமும் அங்குள்ள 2,000 ஜனங்களும் இருந்த இடமே தெரியவில்லை.

12—மணிக்செல்லாம் பட்டணத்துக்குள் அலை வெகு வேகமாக ஓங்கிற்று. காற்றுக்குப் பயந்து இங்குமங்கும் ஓடி ஒளிந்தவர்கள் அலையில் அகப்பட்டு முழுகி இறந்தார்கள். தெருவெங்கும், விழுந்த வீட்டு உத்திரங்களும், உடைந்த கப்பல் பாய்மரங்களும், துண்டுகளும் ஒன்றாய் மிதந்தன. பிராமணர்கள் அக்கிரகாரத்தில் கோவில் ஒன்றே மீர்ந்தது. 700—ஜனங்களில் 70—பேர் மாத்திரம் தப்பிப்பிழைத்தார்கள். உடனே அலை திரும்புமுகமாய்க் காணப்பட்டது. 13அடி உயரமான ஜலம் சுமார் 17—மயில் தூரம் பட்டணத்துக்குட்பக்கம் சென்று திரும்புகையில் வீட்டுக்குத் திரும்பும் அடங்காக் குதிரைபோல் தாராள வேகத்தையும் அதின் அதி கோசமான ஹோம்காரத்தையும், யாவற்றையும் பிடுங்கிப் பெயர்த்து, பிளந்து, புறட்டிப் பாழ்பண்ணினதையும், சொல்லவேண்டுமா? பெரிய கற்கட்டடங்கள் 60—அடி அப்பால் புறட்டித் தள்ளப்பட்டு கிடந்தன. பெண் பாடசாலையில் படித்துவந்த பெண்களில் 33—பேர் ஒரு வரிசையாய் செத்துக்கிடந்தார்கள். ஒரு பெண் மாத்திரம் காற்றில் சிதறி ஒரு வீட்டண்டை போய்க் கதறவே, அந்த வீட்டு யஜமான், குரலை கேட்டு மனதுருகிக் கதவண்டை வரவே, திறக்க மாளாமல் நின்றான். அந்தப் பெண் பகலில் கதவண்டை சவமாய்க் கிடந்தாள். ஒருவர், வீட்டில் கண்ணாடி சிதறி மூஞ்சியில் பட, நாற்காலிகள் ஒடிய, மாடியில் போகவே, ஒரே நீலமாய் சமுத்திரம் இரைந்து, பொங்கி சூழக்கண்டு திடுக்கிட்டார்.

மறுநாள் வீட்டுக்கு வீடு பிழைத்தோர் நீஞ்சிப்போய், தங்கள் தோழர்,பிழைத்திருக்கிறார்களாவென்று பார்க்கச் சென்றார்கள். பட்டணத்தில் கண்டவிடங்களெல்லாம் சவங்கள் கிடந்தன. பட்டாளத்து சிப்பாய்களும் பந்துக்களுமாக 356—பேரும், போலீஸ் ஜவான்களும் சுற்றத்தார்களுமாக 223—பேரும் இறந்தார்கள். ஜயிலிலுள்ளவர்களில் அது உயர்ந்த நில மட்டத்தில் கட்டப்பட்டதாகையால், ஒரு உயிர்கூடச் சேதமில்லை. சமுத்திர ராஜா தருமத்தை நிலை நிறுத்தவந்தார்

1864-ஞு மசூலிபட்டணத்தில் சமுத்திரம் பொங்கியதால் நேர்ந்த விபத்து.

ஜூலை மீ 29உ ஆடியமாவாசையன்று இராத்திரி சமுத்திரம் பொங்கி சென்னை மூழ்கிபோகப் போகிறதென்று யாரோ ஒருவர் கட்டிவிட்ட புரளி எங்கும் பரவி ஜனங்கள் மனதிற்குடிகொண்டுவிட, அநேகர் அவ்விபத்தினின்றும் தப்பிக்கொள்வதற்காகச் சென்னையைவிட்டு உள்நாட்டில் வெகுதூரம் சென்றிருந்தார்கள். அன்றிரவு யாதொரு விசேஷமின்றிக் கழிந்தபின்னரே ஜனங்கள் வீண் புரளியை நம்பி மோசம்போனதாக உணர்ந்தார்கள். சமுத்திரத்தின் கீழ்ப் பூகம்பமுண்டாகுங்கால், சமுத்திரம் தரையினுள் நோக்கி அதிகமாகச் சென்றிருந்தால, சமுத்திரம் கொந்தளித்துப் பொங்குவதுண்டு. இதற்கு இங்கிலீஷில் 'Tidal wave' என்று சொல்வார்கள். இப்படிப் பட்டசம்பவமொன்று 1864-ம் வருஷத்தில் மசூலிப் பட்டணத்திற் கருகில் நேர்ந்து அப்பட்டணம் முழுவதும்மூழ்கிப்போய்விட்டது. அப்பொழுது நேர்ந்த சம்பவத்தின் விவரத்தை ஒருநண்பர் அனுப்பியபடிக் கீழே பிரசுரிக்கிறோம் :—

"1864ஞு நவம்பர் மீ 1உ காலமே சூரியன் எப்போதும்போல் உக்கிரமாயிராமல் கொஞ்சம் மப்புப் போட்டிருந்ததை மசூலிபட்டணம் ஜனங்களனைவரும்கண்டுகளித்து 'மழைவரும், பயமில்லை'யென்று சொல்லிகொண்டிருந்தார்கள். 8-மணியாகவே காற்றும் மழையும் ஆரம்பித்து 3-மணிக்கெல்லாம், எங்

துக்கொள்ள அலை 14-மயில் தூரம், பட்டணத்துக்குள் அடித்துகொண்டுபோயிற்று.

"கரையோரத்திலிருந்த கோட்டையைச் சார்ந்த 2,000 ஜனங்களுக்கும், அவர்கள் குடியிருந்த வீடுகளுக்கும் சாட்சியாக சில மரத்துண்டுகள் மாத்திரம் காணப்பட்டது. இன்னொருபக்கத்தில் மீன்பிடிப்பவர் கிராமமும் அங்குள்ள 2,000 ஜனங்களும் இருந்த இடமேதெரியவில்லை.

"12-மணிக்செல்லாம் பட்டணத்துக்குள் அலை வெகு வேகமாய் ஓங்கிற்று. காற்றுக்குப் பயந்து இங்குமங்கும் ஓடி ஒளிந்தவர்கள் அலையில் அகப்பட்டு முழுகி இறந்தார்கள். தெருவெங்கும், விழுந்த வீட்டு உத்திரங்களும், உடைந்த கப்பல் பாய்மரங்களும், துண்டுகளும் ஒன்றாய் மிதந்தன. பிராமணர்கள் அக்கிரகாரத்தில்கோவில் ஒன்றே மீர்ந்தது. 700-ஜனங்களில் 70-பேர் மாத்திரம் தப்பிப்பிழைத்தார்கள். உடனே அலை திரும்புமுகமாய்க் காணப்பட்டது. 13-அடி உயரமான ஜலம் சுமார் 17-மயில்தூரம்பட்டணத்துக்குட்பக்கம்சென்று திரும்புகையில் வீட்டுக்குத் திரும்பும் அடங்காக்குதிரைபோல் தாராள்வேகத்தையும் அதின் அதிகோசமான ஹோம்காரத்தையும், யாவற்றையும் பிடுங்கிப் பெயர்த்து, பிளந்து, புறட்டிப் பாழ்பண்ணினதையும், சொல்லவேண்டுமா? பெரிய கற்கட்டடங்கள் 60-அடி அப்பால் புறட்டிதள்ளப் பட்டு கிடந்தன. பெண்பாடசாலையில் படித்திலர்ந்த

போலும்! ஒரு பக்கத்தில 1—வாரத்துக்கு முன் கலியாணமான புருஷன் பெண்சாதியையும், ஒரு சப்பாத்துக் கள்ளி வேலியில் 19—பெண்களையும் காண, எவர் மனம் தளராது? எவர்கண் தளும்பாது? 1—தேதி முதல் 3—தேதிவரையில் ஜனங்கள் பட்டினியாகத் திரிந்தனர். ஒருவர், சுருட்டுகளைக் கொடுக்கவே அன்னத்திற்குப் பதிலாக, ஏழை ஜனங்கள் சுருட்டுக் குடித்துச் சிறிது களை தீர்த்துக்கொண்டனர். தம்மிடத்திலிருந்த ஆகாரத்தை நல்லவர்கள், பத்துப் பேருக்குப் பகிர்ந்துக்கொடுத்தார்கள். ஜனங்கள் தாகத்தால் வருந்தி பசியால் நொந்து, பிரமைபிடித்து அலைந்தார்கள். நாய்கள் புதைத்த சவங்களை நோண்டி தின்ன ஆரம்பித்தன.

இந்த மகாகோரமான அவஸ்தையில், இறந்தவர்கள் கை, கால், விரல்களை வெட்டி ஆபரணங்களை அபகரிப்பதையும், வயலகளின் எல்லையில் விழுந்து கிடந்த சவம் என்னுடையது, என்னுடையது என்று அதின் மீதுள்ள சொத்துக்காக ஒருவரோடொருவர் போராடினதையும் கேட்க 'மனிதன் இவ்வளவு அற்பனா?' என்று ஒன்றும் தோன்றாமல் திகைத்து நிற்கும்படியாகிறது. 780—சதுர மயில் குறையாமலும், 17—மயில் தூரமும் நிலத்துக்குள் ஒரு அலைசென்று 1—மணியில் 30 ஆயிரம் உயிரை வாங்கி, பட்டணத்தைப் பாழாக்கி, நிலங்களைச் சாகுபடிக் குதவாமற்செய்து கிணறுகளைக் கெடுத்து, அனேக ஆயிரம் மாடுகளை நாசஞ்செய்து, தன்னிருப்பிடம் சென்றது. இது நடந்து 33—வருஷம் ஆகிறது.

'ஏ. ஸ்ரீனிவாசய்யர், பி.ஏ., பி.எல்.'

இதுபற்றிய வரலாற்றுக் குறிப்புகளில், 'கடும் புயல்', 'சூறாவளி' என்று சொல்லப்பட்டிருந்தாலும், கடல் அலைகள் 2 ஆள் உயரத்திற்குப் பொங்கியதும், தொடர் இறப்புக்களும், நிகழ்வின் விளைவுகளும் 'சுனாமி'யாக இருக்குமோ என்ற ஐயத்தை ஏற்படுத்தத்தான் செய்கின்றன அல்லவா?.

●

- மூன்றாம் பாகம் விரைவில் வெளிவரும் -